मॅडम रोझेला आणि पेलीन

ट्युना किरीमिच्च

व्यवसायाने गीतकार, गायक असलेले ट्युना किरीमिच्च यांनी मिनार सिन्नर युनिव्हार्सिटी ऑफ फाईन आर्ट्समधून चित्रपटनिर्मितीचे शिक्षण घेतेले आहे. त्यांनी तयार केलेले अनेक लघुपट राष्ट्रीय-आंतरराष्ट्रीय चित्रपट महोत्सवांमध्ये नावाजले गेले आहेत. चित्रपटांप्रमाणेच त्यांच्या गीतांचे अल्बमही लोकप्रिय आहेत.

महाविद्यालयीन काळातच त्यांचा कवितासंग्रह प्रकाशित झाला होता. नंतरच्या काळात ते कादंबरीलेखनाकडे वळले. त्यांच्या लेखनामध्ये सर्वसामान्य लोकांच्या आयुष्यातली दु:ख, आधुनिक समाजातील स्त्री-पुरुष संबंधांची कोंडी आणि वृद्धापकाळात जीवनात येणारी उदासीनता या गोष्टी ठळकपणे आपल्याला दिसून येतात. 'मॅडम रोझेला आणि पेलीन' या त्यांच्या कादंबरीतही योगयोगाने परस्परांना भेटलेल्या वृद्ध मॅडम रोझेला आाणि तरुण पेलीन या दोन स्त्रियांमध्ये निर्माण झालेल्या भावबंधाची कहाणी वाचायला मिळते. केवळ दोघींमधला संवाद असे स्वरूप असलेल्या या कादंबरीतून जीवनाविषयीचा अदम्य आशावाद प्रतीत होतो.

'प्रेअर्स स्टे द सेम' या इंग्रजी कादंबरीवरून अरुणा श्री. दुभाषी यांनी या कादंबरीचा अनुवाद तितक्याच ओघवत्या शैलीतून केला आहे.

तुर्की साहित्यातील महत्त्वपूर्ण लेखक आणि त्यांच्या अनुवादित कादंबऱ्या

अहमेत हमदी तानपिनार
मन:शांती (मूळ शीर्षक : 'हुजूर') - अनुवाद : सविता दामले
तास वाजे झणाणा (मूळ शीर्षक : 'सतलेरी आयर्लामा इन्स्टिट्युत्सू')
- अनुवाद : जयश्री हरि जोशी

हकन गुंदे
देर्दा (मूळ शीर्षक : 'एझ्रेट') - अनुवाद : शर्मिला फडके
एक होता गाझ्झा (मूळ शीर्षक : 'दाहा') - अनुवाद : उल्का राऊत

गुल इरेपोलू
ट्यूलिपच्या बागा : माझ्या छायेत (मूळ शीर्षक : 'गॉलगॅमी बिराक्तिम लाले बासेलेरिंडे') - अनुवाद : ललिता कोल्हारकर
अस्किदिल (मूळ शीर्षक : 'कॅरिए') - अनुवाद : सविता दामले

आयफर टंक
अझिझ बेची शोकान्तिका (मूळ शीर्षक : 'अझिझ बे हादिसेसी')
- अनुवाद : अरुणा श्री. दुभाषी
सत्तर तासांपूर्वी... (मूळ शीर्षक : 'येसील पेरी गेसेसी') - अनुवाद : श्वेता प्रधान

इस्क्यांदार पाला
मेस्नेवी (मूळ शीर्षक : डेथ इन बॅबिलॉन लव्ह इन इस्तंबूल)
- अनुवाद : श्वेता प्रधान

ओया बाय्दोर
नक्षी–दार (मूळ शीर्षक : 'एर्गुवान कापिसी') - अनुवाद : जयश्री हरि जोशी
गहाळ (मूळ शीर्षक : 'कायिप–सोझ') - अनुवाद : ललिता कोल्हारकर

तहसीन युचेल
स्कायस्क्रेपर्स (मूळ शीर्षक : 'गॉकडेलेन') - अनुवाद : शर्मिला फडके

बुऱ्हान सोनमेझ
इस्तंबूल इस्तंबूल (मूळ शीर्षक : इस्तंबूल इस्तंबूल) - अनुवाद : सविता दामले

सोलमाझ कामुरान
किराझे (मूळ शीर्षक : किराझे) - अनुवाद : शर्मिला फडके

ट्युना किरीमिच्च
मॅडम रोझेला आणि पेलीन (मूळ शीर्षक : ड्युलार कालिसीडीर)
- अनुवाद : अरुणा श्री. दुभाषी

मॅडम रोझेला आणि पेलीन

टच्युना किरीमिच्च

मराठी अनुवाद

अरुणा श्री. दुभाषी

पॉप्युलर प्रकाशन, मुंबई

'मॅडम रोझेला आणि पेलीन' ही एक काल्पनिक कादंबरी असून, या कादंबरीतील सर्व व्यक्तिरेखा, त्यांची नावे, मानवसमूह आणि जाती-वर्ण, व्यवसाय, घटना-प्रसंग, स्थळे-ठिकाणे हे सर्व लेखकाच्या कल्पनेतून साकारलेले आहे किंवा त्यांना कल्पनेची जोड दिलेली आहे. या सर्वांचे वास्तवातील जिवंत अथवा मृत व्यक्तींशी किंवा वास्तविक घटना-प्रसंगांशी कोणतेही साम्य आढळल्यास तो निव्वळ योगायोग समजावा. कादंबरीतील अनेक वर्णने, संवाद, मनोगते ही व्यक्तिरेखांच्या मनातील विचार म्हणून येतात. त्या विचारांशी लेखक, अनुवादक, प्रकाशक, मुद्रक सहमत असतीलच असे नाही.

मॅडम रोझेला आणि पेलीन
(म-१३२३)
पॉप्युलर प्रकाशन
ISBN 978-81-7991-998-9

MADAM ROZELA ANI PELIN
Tuna Kiremitci
(Marathi : Novel)
Marathi Translation :
Aruna Shri. Dubhashi

पहिली आवृत्ती : २०२२/१९४४

मुखपृष्ठ : संदीप देशपांडे

प्रकाशक
हर्ष भटकळ
पॉप्युलर प्रकाशन प्रा. लि.
३०१, महालक्ष्मी चेंबर्स
२२, भुलाभाई देसाई रोड, मुंबई ४०० ०२६

अक्षरजुळणी
संतोष गायकवाड
पिंपळे गुरव, पुणे ४११ ०६१

मुद्रक
रेप्रो इंडिया लि.
लोअर परेल, मुंबई ४०० ०१३

This is a Marathi Translation of the original Turkish Novel
Dualar Kalicidir by Tuna Kiremitci

१

- ओह! हॅलो! ये मुली, तुझं स्वागत आहे.
- धन्यवाद मॅडम!
- ये ये, बस. मी सुचवू का? त्या लाल रंगाच्या खुर्चीवर बस. ती चांगली आरामदायक आहे, बघ.
- धन्यवाद.
- कदाचित झेल्दाच्या वागण्यानं तू अस्वस्थ झाली असशील! पण तिला माफ कर. तिला आणि तिच्या कुटुंबाला छळछावणीत नेलं, त्यावेळी ती फक्त सहा वर्षांची होती. तिच्यासमोर तिच्या आईवडलांना त्यांनी ठार केलं. त्यामुळं ती कधीच बोलत नाही. पण तिच्या मूकपणामुळे तू गैरसमज करून घेऊ नकोस हं. ती खरंच फार चांगली आहे! गेली तीस वर्षं ती हे घर सांभाळतेय आणि आजपर्यंत तिच्या हातून कधीच चूक झालेली नाही.
- काळजी करू नका. मी घाबरले नव्हते.
- पण मुली, तू काहीशी अस्वस्थ दिसतेयस.
- नोकरीसाठी मुलाखत देताना मी कायमच अस्वस्थ असते. याच कारणामुळे मी आजवर एकही मुलाखत सुरळीतपणे देऊ शकले नाही.
- पण ही नोकरीसाठीची मुलाखत आहे असं तू समजूच नकोस.
- मग हे काय चाललंय?
- ही एक साधी भेट आहे असं समज. एखादी संध्याकाळची भेट. किंवा असं समज की, तू आपल्या दूरच्या वृद्ध मावशीला भेटण्यासाठी आली आहेस.

- समजलं.
- तुझा कोट?
- माझ्या कोटाचं काय?
- तसं नाही. तुझ्या कोटाचा हा रंग मला खूप आवडतो. मळका गुलाबी रंग. बरोबर ना?
- खरंय. मळका गुलाबी.
- हा तू कुठून घेतलास?
- बेयोग्लूच्या एका दुकानातून.
- बेयोग्लू... ते अजून तसंच भव्य आणि आकर्षक आहे का गं? जसं पूर्वी असायचं तसं?
- 'भव्य आणि आकर्षक' म्हणजे तुम्हाला नेमकं काय अभिप्रेत आहे, यावर तुमच्या प्रश्नाचं उत्तर अवलंबून आहे. जर 'रविवारचा खास पोशाख करून जिथे माणसं भटकत असतात, असं एक ठिकाण' असं म्हणायचं असेल, तर तसं आता नाहीये. पण वीस वर्षांपूर्वीच्या त्याच्या स्वरूपाशी तुलना करत असाल, तर आहे.
- का बरं? वीस वर्षांपूर्वी ते इतकं वाईट होतं का?
- मॅडम रोझेला, तुम्ही इस्तंबूलला शेवटचं कधी गेला होतात?
- बरं का मुली, माझ्यासाठी इस्तंबूलला जाणं वगैरे अशी काही गोष्टच नाहीये. मी फक्त इस्तंबूलला परत जाण्याचं स्वप्न पाहते. अर्थात आता ते शक्य नाही. माझी प्रकृती चांगली राहत नसल्यानं मी प्रवास करू शकत नाही. पण तू जर असं विचारलंस की, मी इथे कधी आले, तर मी सांगेन की, गेली साठ वर्षं मी इथे आहे. ज्या दिवशी मी इथे आले, त्या दिवसापासून मी इस्तंबूलचं स्वप्न पाहातेय.
- ख़रंच? गेली साठ वर्षं तुम्ही इस्तंबूल पाहिलेलं नाही?
- नाही. नाही पाहिलंय मी.
- पण ज्या तऱ्हेनं तुम्ही बोलताय?
- माझ्या बोलण्याविषयी काय?
- म्हणजे मला असं म्हणायचंय की, ज्या तऱ्हेनं तुम्ही ही भाषा बोलता...

- होय मग?
- मला नेमकं माहीत नाही... ती वाईट नाही. उलट मला असं म्हणायचंय की, साठ वर्षं इस्तंबूलपासून दूर असूनही ती फारच चांगली आहे.
- हा तुझा चांगुलपणा आहे.
- अगदी खरं तेच सांगतेय मी.
- जोपर्यंत माझा प्रिय आल्दो हयात होता, तोपर्यंत मी कधीकधी टर्किश बोलत असे. सहा वर्षांपूर्वी तो गेला. तेव्हापासून हे एवढंच मला आठवतंय. आणि हो, मी दूरचित्रवाणीवर टर्किश वाहिन्या मात्र बघते.
- खरंच, तुमची टर्किश फार चांगली आहे. किंवा मी इतकंही म्हणेन की, इस्तंबूलमध्ये राहणाऱ्या काही लोकांपेक्षाही तुम्ही ही भाषा अधिक चांगली बोलता.
- खरं की काय?
- माझ्यावर विश्वास ठेवा.
- पण तुझा कोट?
- आता पुन्हा माझ्या कोटाचं काय?
- तू कोट घालूनच बसणार आहेस का? एखाद्या पाहुणीसारखी?
- ठीक आहे. मी काढून ठेवते.
- तुझा स्कार्फ हाती विणलेला आहे का?
- होय.
- विणकामासाठी जांभळा रंग नेहमीच चांगला. एक विचारू? कोणी विणलाय हा तुझ्यासाठी?
- माझ्या आजीनं.
- हो का? तुझं तुझ्या आजीवर प्रेम आहे का?
- खरं सांगायचं, तर ती आमच्या कुटुंबातली एकमेव अशी व्यक्ती आहे जिच्याविषयी मला प्रेम आणि आदर वाटतो. पण दुर्दैवानं ती आता हयात नाही.
- अरेरे! ऐकून वाईट वाटलं.
- नाही. तुम्ही वाईट वाटून घेऊ नका. ही नियती आहे.

- नियती. हा टर्किश शब्द मी ऐकला त्याला खूप काळ लोटला.
- शाळेत असताना माझ्याशिवाय दुसरं कुणीच हा शब्द वापरत नसे. असे जुनाट शब्द वापरल्यामुळे माझे शिक्षकही मला हसत असत. पण माझा इलाज नाही. मला वाटतं, माझ्या आजीमुळे बहुधा...
- याबद्दल तुझ्या आजीचे आभारच मानायला हवेत. नाही का?
- होय. तुम्ही तसंही म्हणू शकता.
- तुझा कोट ठेवून दे. हो, तिथेच राहू दे. झेल्दा येईल आणि लगेच तो उचलेल. हे आपलंच घर आहे असं समज.
- हो! मी प्रयत्न करते.
- माझी जाहिरात तू कशी पाहिलीस?
- मोकळा वेळ असतो तेव्हा मी वर्तमानपत्रं विकते. थोडे पैसे मिळवण्यासाठी. काल दुपारपर्यंत काम केल्यानंतर मी बागेत गेले होते आणि एका बाकावर बसले होते. वर्तमानपत्रं मी माझ्या बाजूलाच ठेवली होती. पण अचानक वारा आला आणि त्यानं ती वर्तमानपत्रं अस्ताव्यस्त करून टाकली. मी ती पानं गोळा करत होते, त्या वेळी मी ती जाहिरात पाहिली. ती टर्किशमध्ये असल्यामुळेच माझं तिच्याकडे लक्ष गेलं.
- म्हणजे ज्या वेळी तू वर्तमानपत्रं वाचत होतीस, त्या वेळी ती पाहिली नव्हतीस का?
- मी वर्तमानपत्रं वाचत नाही.
- अगदी प्रादेशिक सुद्धा नाही?
- प्रादेशिक तर मुळीच नाही.
- का बरं? पण त्यापूर्वी मला सांग, की तू काय घेशील?
- कॉफी चालेल.
- आमच्याकडे चहाही आहे बरं. खास इस्तंबूलचं पेय. गडद लाल रंगाचं.
- धन्यवाद. पण मी कॉफीच घेईन. कॉफीत दूध आणि साखरही हवी. प्लीज.
- आणखी एक सांगायचंय मुली. मोठ्यानं बोलण्याची गरज नाही.

झेल्दाला ऐकू येतं. ती बोलत नाही. यामागचं कारण पूर्ण मानसिक आहे.

- माफ करा मला.
- त्यामुळे चेहेरा एवढा लाल करून घ्यायचं करण नाही, बरं का! तुला सोयीचं व्हावं यासाठी हे सांगितलं. तुला वाईट वाटलं का?
- नाही, तसं काही नाही.
- पण तुझा चेहेरा लाल झालाय.
- जरासा... मुलाखतीच्या वेळी हे कायम असं होतं असतं. हे असं काहीतरी आहे, जे मी टाळू शकत नाही. आता तुम्ही सांगितलंत, की माझा चेहेरा लाल झालाय. आता तर आणखीनच बिघडेल.
- मग थोडा वेळ शांत बसू या.
- नाही. त्याची काही गरज नाही.
- काय बोलत होतो आपण?
- मला माहीत नाही. मीही विसरले.
- हां! वृत्तपत्रं! तू सांगत होतीस, की तू वृत्तपत्रं वाचत नाहीस.
- नाही. मी वाचत नाही. मला वाटतं की, पत्रकारांची अशी समजूत असते की, जितक्या वाईट बातम्या, तितका जास्त खप. जगाच्या समस्यांनी स्वतःला त्रास करून घेणं, हे विकतचं दुखणं मला नकोय. मला माझेच त्रास पुष्कळ आहेत.
- पण पुस्तकंही तशीच नसतात का?
- असंही मी कादंबऱ्या वाचत नाही. जेव्हा स्वतःच्याच अडचणींतून मार्ग काढणं कठीण जातं, तेव्हा काल्पनिक पात्रांची काळजी करणं मला तरी शहाणपणाचं वाटत नाही.
- मग तू काय वाचतेस?
- बहुतांशी कविताच वाचते आजकाल.
- खरंच का?
- होय. पण मॅडम रोझेला, तुम्हांला राग येणार नसेल, तर एक विचारू?
- हो जरूर
- आपण इथं काय करतोय?

– आपण बोलतोय.
– पण का? म्हणजे मला असं नाही वाटत, की केवळ गप्पा मारण्यासाठी तुम्ही जाहिरात दिली होती.
– वास्तविक जाहिरात देण्यामागचं खरं कारण हेच होतं.
– मला काहीच कळेनासं झालंय.
– त्यात न कळण्यासारखं खरंच काही नाहीये. तुला आठवतंय, जाहिरातीत काय लिहिलं होतं?
– मला ते आठवण्याची गरज नाही. मी ती जाहिरात घेऊन आले आहे. माझ्या बॅगेत आहे. मी काढते.
– कृपा करून तू त्रास घेऊ नकोस. जाहिरातीत काय म्हटलं होतं ते मी सांगते. 'टर्किश भाषा येणारी व्यक्ती हवी आहे. फी समाधानकारक असेल. अनुभवाची गरज नाही. धूम्रपान न करणाऱ्या व्यक्तीला प्राधान्य दिलं जाईल.'
– हो असंच काहीसं...
– असंच काहीसं नाही. अगदी हेच शब्द आहेत. कारण मी स्वत:च ती जाहिरात लिहिली होती. अर्थात तुला कुतूहल वाटणं स्वाभाविक आहे. अखेर, रात्रीच्या वेळी शहराच्या दुसऱ्या टोकाला, अगदी दूर असलेल्या अशा या ठिकाणी तू आली आहेस. एका मुक्या बाईनं तुझ्यासाठी दार उघडलं आणि एका वृद्ध स्त्रीशी संभाषण करणं तुला भाग पडलं. तुला कंटाळा आलेला दिसतोय. पण लगेच उठून चालू लागणं तुला शक्य नाही. कारण तुला पैशांची गरज आहे.
– नाही. मला तसं नव्हतं सुचवायचं.
– मला माहीत आहे. मी गंमत केली ग!
– प्रामाणिकपणे सांगायचं झालं, तर तुम्ही गंमत करताय असं मला खरंच वाटलं नाही.
– आपल्या वयात साठ वर्षांचं अंतर आहे मुली! हा दीर्घ काळ आहे. तुला असं नाही का वाटत की साठ वर्षांच्या या दीर्घ कालावधीत विनोदाचं कौशल्य थोडं का होईना, बदललं असेल? वाढलं असेल?

- माफ करा. पण तुम्ही विषयांची सरमिसळ करण्यात खरंच तरबेज आहात.
- उलट आता आपण मूळ विषयाच्या गाभ्यापाशी पोहोचलो आहोत. मुली, मी अधिक स्पष्टपणे बोलते. आपण आता काय करत आहोत?
- तुम्ही म्हणालात तसं, आपण एकमेकींशी बोलतो आहोत.
- आणि तोच तर तुझ्या येण्यामागचा मुख्य हेतू आहे.
- काय?
- संवाद, संभाषण.
- म्हणजे तुम्हांला असं म्हणायचंय की, तुम्ही ती जाहिरात दिलीत कारण तुम्हांला कुणीतरी गप्पा मारणारं माणूस हवं होतं?
- फक्त कुणीतरी नाही. मुली! टर्किश बोलणारं कुणीतरी.
- मी समजून घेण्याचा प्रयत्न करतेय.
- मी तुला मदत करते. ह्या म्हाताऱ्या बाईनं म्हणजे मी आपल्या आयुष्याची सर्वांत विलक्षण, सर्वांत सुंदर आणि सर्वाधिक दुःखद आणि विचित्रसुद्धा अशी काही वर्षं इस्तंबूलमध्ये काढली. एक व्यक्ती म्हणून आज मी जी काही आहे, ती त्या शहरामध्ये मी जे अनुभवलं, त्यामुळे आहे. त्यावेळचं प्रत्येक पाऊल, किंबहुना इस्तंबूलमध्ये घेतलेला प्रत्येक श्वास माझ्यासाठी मौल्यवान आहे. आता मी वृद्ध झाले आहे. आजारी आहे. आता माझ्यापाशी वेळ फार कमी आहे. वाईटात वाईट म्हणजे आताशा स्मृतिभ्रंश होऊ लागलाय.
- माफ करा हं! काय होऊ लागलाय?
- स्मृतिभ्रंश, विस्मरण म्हणजे विसराळूपणा. माझ्या भाषेला ठेवणीतल्या जुन्या कपड्यांचा वास येऊ शकेल तुला. अखेर मी साठ वर्षांपूर्वी टर्किश शिकले.
- ते काहीही असलं, तरी रोझेला मॅडम, तुम्ही छानच बोलता.
- तू कॉफी घे ना!
- अरे! मी पाहिलीच नाही! किती अलगदपणे आणून ठेवली तिनं! धन्यवाद झेल्दा.

- झेल्दा, तू जाताना जरा दार लावून घेशील का?
- तिच्या कुटुंबातलं कोणीही छळछावणीतून वाचलं नाही का?
- तिला एक भाऊ होता. त्याला मारलेलं तिनं पाहिलं नाही. पण भूतकाळाचा शोध घेण्याचं धैर्य तिच्यात नाही. कारण कदाचित तोही जिवंत नसण्याची शक्यता आहे आणि ते शोधण्याचीच तिला भीती वाटते. जोपर्यंत तिला माहीत नाही तोपर्यंत तो जिवंत आहे आणि पृथ्वीच्या पाठीवर कुठेतरी जगतोय ह्या आशेवर ती राहू शकते.
- फार भयंकर आहे हे सारं!
- आपण काय बोलत होतो?
- इस्तंबूल आणि तुमच्यासाठी ते किती महत्त्वाचं आहे...
- खरंय. इस्तंबूलमध्ये मी घालबलेली वर्षं ही माझ्यासाठी खूप मोलाची आहेत. आता वयामुळे जेव्हा सगळं काही हळूहळू धूसर व्हायला लागलंय, तेव्हाही एक गोष्ट मला विसरायची नाहीये. तुला माहीत आहे कोणती?
- इस्तंबूल?
- नाही. ते नाही. ओळख पाहू?
- रोझेला मॅडम, मला तर्क करायला आवडत नाही. तुम्ही सांगून टाका ना काय ते.
- टर्किश
- टर्किश?
- होय. टर्किश भाषा. कारण इस्तंबूलमधल्या माझ्या आठवणी टर्किश भाषेसोबतच माझ्या मनात रुजल्या आहेत. माझी स्मरणशक्ती पूर्णपणे कधी नाहीशी होईल ते माहीत नाही. पण डॉक्टरांच्या म्हणण्यानुसार ती हानिकारक प्रक्रिया कधीही वेग घेऊ शकते. मला भीती वाटतेय की, मी जर टर्किश विसरले, तर माझं भूतकाळातलं जगणं हळूहळू आठवणींतून पुसलं जाईल. त्यासाठी मी ती जाहिरात दिली.
- म्हणून मी तुमच्यासाठी टर्किशमध्ये बोलावं असं तुम्हांला वाटतंय?
- होय. म्हणजे अगदी रोज नाही. आठवड्यातून दोन दिवस पुरेसं

आहे. आता जशा बसलो आहोत ना, तशाच आपण बसत जाऊ आणि बोलत जाऊ. या उपायामुळे ना मी माझी टर्किश विसरेन, आणि ना मला 'मी' बनवणाऱ्या माझ्या आठवणी.

- पण आपण बोलणार तरी काय? कोणत्या विषयावर?
- कोणत्याही विषयावर. किंबहुना सर्वच विषयांवर. तुझं महाविद्यालय, तू राहतेस ती जागा, वाटेत तू पाहिलेलं एखादं मांजर, रस्त्यावरचा एखादा कामगार, चर्चमधले दिवे, इस्तंबूलमध्ये काय चाललंय, तुला ज्याविषयी बोलावंसं वाटेल, त्याविषयी आपण बोलत राहणं एवढं पुरेसं आहे.
- रोझेला मॅडम, मला खरंच कळत नाहीये.
- होय. तुझे डोळेच सांगतायत की, तुला हे फारसं पसंत नाहीये.
- मी सांगितलं ना, की मला कळत नाहीये.
- तू लगेच निर्णय घेतला पाहिजेस असं नाही. तू वेळ घे आणि विचार कर. तुला जर नकार द्यावासा वाटला, तर भावनेच्या आहारी जाऊन स्वत:वर कोणतीही बळजबरी करू नकोस. कोणीही दुखावलं जाणार नाही किंवा नाराज होणार नाही. अखेर हा व्यवहार आहे, नाही का?

२

- तू इथं येण्याचं मान्य केलंस याबद्दल खरंच खूप आभार. मी कबूल करते की, आपल्या पहिल्या संभाषणानंतर तू पुन्हा दिसशील असं मला खरंच वाटलं नव्हतं.
- आभार कशासाठी? तुम्ही म्हणालात नाही का, की मला पैशांची गरज आहे म्हणून?
- तसं म्हणून मी तुला दुखावलं का?

- मी सहजासहजी दुखावली जात नाही रोझेला मॅडम. काळजी करू नका.
- खरंच का? पण तुझा चेहेरा तर वेगळंच काहीतरी सांगतोय.
- माझा चेहेरा? त्याचं काय?
- तू खूपच देखणी आहेस.
- काहीतरीच काय?
- पाहा. पुन्हा तुझा चेहेरा लाल झाला.
- मला खातरी नाही... पण मला नाही वाटत की मी सुंदर आहे म्हणून.
- तुझे केस काळेभोर आणि वळणदार आहेत. ओठ गुलाबी आणि आकर्षक आहेत. तुझा चेहेरा रेखीव आहे आणि खानदानी वाटतो.
- पुरे! तुम्ही लाजवताय मला.
- आणि सर्वांत आकर्षक गोष्ट म्हणजे तुझे डोळे.
- का बरं?
- तुझ्या डोळ्यांत खोल विषण्णता लपलीय. एखाद्या व्यक्तीनं खूप काही भोगलेलं असावं, तसा भाव तुझ्या डोळ्यांत आहे.
- खूप काही भोगलेलं म्हणजे?
- काहीतरी वेगळं, निराळं, भिन्न असं काही.
- तुम्ही लेखकच व्हायला हवं होतं.
- कोण म्हणालं की मी नाही म्हणून?
- तुम्ही लेखक आहात?
- तसं तर या वयात कोणालाही लेखक मानता येईल, बेटा! आधी मी रोजनिशी लिहीत असे. पण नंतर, म्हणजे मी कसं सांगू? मी लिहिलेलं वाचून मलाच वेदना होत असत.
- मला रोजनिशी लिहायला मुळीच आवडत नाही.
- नवल आहे. का बरं?
- आपल्याला जे आज महत्त्वाचं वाटतं ते आपण लिहितो. पण तेच जेव्हा वर्षभरानंतर पुन्हा वाचतो, तेव्हा ते मूर्खपणाचं वाटतं. आपल्याला आपलीच लाज वाटते. शिवाय स्वत:बद्दल असा लेखी मजकूर मागे ठेवणं, फारसं शहाणपणाचं नाही.

- बरोबर. हे पटलं मला.
- जेव्हा आपण रोजनिशी लिहीत असतो, तेव्हा एकाएकी आपल्या अवतीभवतीची सगळी माणसं, मित्रमंडळी, नातेवाईक वगैरे सर्वांनाच आपल्या लेखनाबद्दल भयानक आकर्षण वाटू लागतं आणि सर्वांत वाईट गोष्ट म्हणजे आपण रोजनिशी लपवण्याचा कितीही प्रयत्न केला, तरी ते ती शोधून काढतात आणि वाचतात. त्यानंतर मात्र आपल्या जगण्याचा विचका होतो.
- मला वाटतं तू हे सारं अनुभवलं आहेस.
- कितीतरी वेळा, खरं सांगायचं तर...
- कोण नेहमी शोधायचं तुझी रोजनिशी?
- बहुतेक वेळा माझे बाबा.
- तुझं बरोबर आहे. कधी कधी हे बाबा लोक धोकादायक असतात.
- होय. विशेषत: माझ्या बाबांसारखे.
- असं का म्हणतेस?
- आपण हा विषय सोडून देऊ या का, मॅडम रोझेला?
- मुली, आपण एक ठरवून टाकू. तुला जे आवडत नाही, त्याविषयी बोलायला तू बांधील नाहीस. किंवा तुला बोलायचीच गरज नाही. म्हणजे मला असं म्हणायचंय की, तुला ही नोकरी स्वीकारण्याचीही गरज नाही
- पण मला पैशांची गरज आहे. नाही का?
- मी तुला थोडे पैसे कर्जाऊ देऊ शकते.
- पण तुम्ही तर मला ओळखतही नाही.
- मी तुला ओळखते की नाही यानं काय फरक पडणार आहे?
- मी पैसे परत केलेच नाहीत तर?
- प्रिय पेलीन, तू पैसे परत केले नाहीस, तर तेवढं नुकसान सोसण्याइतपत श्रीमंत आहे मी. शिवाय मला नाही वाटतं की, माझ्याजवळ असलेले पैसे खर्च करण्यासाठी हवा असलेला भरपूर वेळ माझ्यापाशी आहे.
- पण मला तुमच्यापाशी बोलताना कंटाळा नाही येत.

- हा तुझा सुसंस्कृतपणा आहे.
- धन्यवाद.
- पण तरीही मला आश्चर्य वाटतंय... मागच्या वेळी, इथून कधी निघता येईल याची तू वाट पाहत होतीस. त्यामुळे तू जेव्हा फोन करून होकार कळवलास, तेव्हा मला खूपच आनंद झाला.
- मी स्पष्टपणे बोलावं असं तुम्हांला वाटतंय का?
- होय. स्पष्टपणे बोल. कारण स्पष्ट बोलणं हेच या सगळ्या उपक्रमाच्या दृष्टीनं चांगलं होईल.
- मी माझा फोन विसरले हेते, आठवतंय?
- मुली, माझी स्मरणशक्ती दुबळी झालीय, पण इतकीही दुबळी नाहीये.
- आणि तो घ्यायला मी परत आले होते?
- हो, अच्छा!
- काय?
- तू बाहेर गेलीस आणि तुझ्या लक्षात आलं की तू या म्हातारीच्या घरी फोन विसरलीस. स्वाभाविकपणे तू वैतागलीस. तू बेल वाजवलीस आणि झेल्दानं दरवाजा उघडला. तू दुसऱ्या मजल्यावर येण्यासाठी पायऱ्या चढत होतीस, तेव्हा तू मला बोलताना ऐकलंस. बरोबर ना?
- होय.
- आधी तुला वाटलं की, मी स्वत:शीच बोलत्येय. जेव्हा तू दारातून माझ्या खोलीत डोकावलीस, तेव्हा तुझ्या लक्षात आलं, की मी शार्लटशी बोलतेय.
- त्यापूर्वी तिच्याकडे माझं लक्षही गेलं नव्हतं.
- ती अनोळखी लोकांना बुजते. त्यांच्यासमोर यायला तिला वेळ लागतो. साधारणपणे कोणत्यातरी खोलीत ती लपून बसते.
- आत्ता कुठे आहे ती?
- कोणास ठाऊक? कदाचित बागेत असेल. फुलपाखरांमागे धावत असेल. तर मी काय सांगत होते?

- विसरा ते, मॅडम रोझेला.
- हां. मला आठवलं. तू दारातून पाहिलंस; आणि जे पाहिलंस, त्यानं तुझ्या मनाला स्पर्श केला. एक म्हातारी बाई आपल्या मांजरीशी बोलतेय.
- रोझेला मॅडम...
- त्याहीपेक्षा मी जे बोलले, त्यामुळे तुझ्या मनात कणव उत्पन्न झाली.
- मी हळवी वगैरे नाहीये. मी तरी नाही.
- मी बहुधा म्हणत होते, ''शार्लट, बघितलंस का? आपण पुन्हा एकदा अगदी एकाकी झालोय.''
- मला आठवत नाही.
- बहुधा मी असंही म्हणाले असेन की, ''आपण खूप म्हातारे आहोत. त्यामुळे कोणालाच आपल्याबरोबर वेळ घालवायला आवडत नाही.''
- मला खरंच आठवत नाही.
- हे असे शब्द ऐकून तुझं मन नक्कीच द्रवलं असणार.
- मॅडम रोझेला, माझ्याविषयी तुम्ही काहीतरी चुकीची समजूत करून घ्यावी असं मला वाटत नाही. मी इतक्या सहजासहजी भावनेच्या आहारी जात नाही. चिल आऊट.
- काय म्हणालीस?
- बरोबर! तुमच्यासाठी हे नवीन आहे.
- परत म्हण पाहू.
- चिल आऊट.
- याचा नेमका अर्थ काय होतो?
- मला म्हणायचं होतं की अस्वस्थ होऊ नका. शांतपणे घ्या.
- हा सध्या लोकप्रिय उद्‌गार आहे का?
- विद्यार्थ्यांमध्ये आहे.
- अशाच प्रकारचे आणखी शब्द, उद्‌गार आहेत का काही?
- तुम्हांला नाही आवडणार ते ऐकायला. पैज लावू या.

- उलट मला मजा वाटेल. भाषेच्या संदर्भात म्हणशील, तर माझ्यापेक्षा आल्दो. सनातनी होता. पण मला मात्र असे वाक्प्रयोग मजेशीर वाटतात.
- कारण तुम्ही स्पोर्ट आहात.
- मी काय आहे?
- स्पोर्ट म्हणजे तुमची वृत्ती आमच्यासारखी आहे. म्हणजे समानशील...
- म्हणजे दोन वाक्प्रयोग झाले.
- बरोबर. आपण आता हळूहळू रंगात येतोय.
- होय. आपण काय बोलत होतो?
- त्याने काही फरक पडत नाही, मॅडम रोझेला. विसरा ते आता.
- मला आठवलं. तू मला अगदी एकाकी पाहिलंस. माझ्या मांजरीशी बोलताना. आणि तुला माझी दया आली... मग तू घरी गेलीस. तू पाहिलेलं दृश्य तुझ्या आर्थिक गरजेशी जोडलं गेलं आणि माझी नोकरी स्वीकारणं तुला शहाणपणाचं वाटलं.
- मला आधी माझं म्हणणं सुधारू द्या. तुम्ही पटकथा लेखक व्हायला हवं होतं, मॅडम रोझेला.
- पण तू हसतेयस का?
- कारण तुम्ही खूपच गोड आहात.
- पण तुला काय माहीत की मी एक चांगली अभिनेत्रीही आहे?
- म्हणजे? काय म्हणायचंय तुम्हांला?
- कदाचित, तू फोन विसरलीस हे माझ्या लक्षात आलं. जिन्यावर तुझी पावलं वाजलेली मी ऐकली. तू खोलीजवळ येतेयस हे मला कळलं. आणि मग माझ्या मांजरीसोबत मी एक नाट्यमय दृश्य तयार केलं; तुला माझ्यासाठी दुःख होईल, वाईट वाटेल ही खातरी बाळगून. हे असंही घडलेलं असू शकतं, नाही का?
- हो. असू शकेल.
- परिणामी, तुला या म्हाताऱ्या बाईविषयी एक कुतूहलवजा आकर्षण निर्माण झालं आणि तू आज इथं आलीस. आता यावर तू काय म्हणशील?

- मी आधीच म्हटलं नाही का, की तुम्ही खूप गोड आहात?
- तुला हसताना पाहून इतकं छान वाटतंय!
- धन्यवाद.
- तू हसतेस, तेव्हा तुझे डोळे बारीक होतात आणि हास्यरेषा ठळकपणे चेहेऱ्यावर उमटतात. मला खातरी आहे, तुझे बरेच चाहते असणार.
- आता त्या विषयात नको शिरायला.
- ठीक आहे. जशी तुझी इच्छा! चिल आउट.
- अरे वा! रोझेला मॅडम, तुम्ही खूप लवकर शिकता. तुम्ही हुशार विद्यार्थिनी आहात.
- अरे बापरे! तू चक्क मला हरभऱ्याच्या झाडावर चढवतेयस.

३

- आल्दो आणि मी पहिल्यांदा भेटलो १९३६ साली. नवल वाटतंय ना?
- हो. कबूल! कारण मला हे दूर कुठेतरी भूतकाळात घडल्यासारखं वाटतंय. त्याची कल्पना करणंही मला कठीण जातंय.
- पण माझ्यासाठी म्हणशील, तर हे सारं कालच घडल्यासारखं वाटतं मला. रात्री मी काय जेवले ते मला आठवत नाही. वयामुळे असेल कदाचित, म्हणजे मी तसं गृहीत धरते. पण गेल्या शतकाच्या सुरुवातीला काय काय घडलं ते मात्र माझ्या मनात ठसठशीतपणे उमटतं.
- मला खात्री आहे की, तुम्ही दोघं कसे भेटलात ते सांगायला तुम्हांला नक्की आवडेल.
- ती गोष्ट सांगायला मी फारच उत्सुक दिसतेय का?

- मला वाटतं की, बोलणं हेच आपल्या कामाचं स्वरूप आहे.
- बरोबर... पण त्यापूर्वी जरा भिंतीवरचं ते चित्र नीट पाहून घे.
- माझा विश्वासच बसत नाहीये.
- मुली, उभी रहा आणि नीट जवळून बघून घे.
- माझा माझ्या डोळ्यांवर विश्वासच बसत नाहीये. किती सुंदर दिसायचात तुम्ही!
- माझे केस सुंदर होते... नाही का?
- फक्त तुमचे केसच नव्हे, तुमची कांती, तुमचे डोळे आणि तुमच्या चेहेऱ्यावरचे भावही...
- खरंच! काळ अतिशय जुलमी असतो.
- मला तसं म्हणायचं नव्हतं. मला म्हणायचं होतं की आल्दो तुम्हांला पाहून एकदम घायाळ झाले असतील.
- घायाळ झाले असतील?
- म्हणजे ते प्रेमातच पडले असणार.
- मला वाटतं हा नवा शब्द मला फारसा पसंत पडलेला नाही. निदान या वेळी तरी नाही.
- खरं तर मलाही तो फारसा आवडत नाही. तुम्ही तो विसरून जा.
- फक्त तुझ्या माझ्यातच ठेवायचं, तर खरंच तो नक्कीच घायाळ झाला होता. मी नुकतंच जिम्नॅशियममध्ये शिकायला सुरुवात केली होती. मोकळ्या वेळेत मी सिटी क्लबमध्ये टेनिस खेळत असे. एक ना एक दिवस विम्बल्डन स्पर्धेत खेळणं आणि जेतेपद मिळवणं हे माझं मोठं स्वप्न होतं तेव्हा. त्या वेळी मी लहान मुलगीच होते खरं तर.
- आता माझ्या लक्षात येतंय.
- काय लक्षात येतंय तुझ्या, बाळ?
- मी पहिल्यांदा इथ आले, त्या वेळी तुम्ही टी. व्ही. वर टेनिसचा सामनाच बघत होतात, नाही का?
- हो खरंच की!
- तो सबटिनी आणि ग्राफ यांच्यातला सामना होता १९९१ सालचा.
- तुला टेनिस आवडतं?

- मला ज्यांचं वेड आहे, अशा काही मोजक्या गोष्टींपैकी ते एक आहे. मी माध्यमिक शाळेत असताना रोज टेनिस खेळत असे.
- मग नंतर?
- नंतर काय?
- तू नंतर सोडून दिलंस का?
- जाऊ द्या. मॅडम रोझेला... त्या सुन्न करणाऱ्या भयाण गोष्टी...
- प्रिय पेलीन, तू लोकांना चौकस करण्यात खरंच तरबेज आहेस.
- काय करण्यात?
- चौकस. खरं तर भोचक.
- मी तुम्हांला चौकस करण्यासाठी किंवा तुमची उत्सुकता वाढावी म्हणून असं बोलत नाहीये. पण काही काही गोष्टी एखाद्या व्यक्तीला दुखावणाऱ्या असू शकतात की नाही?
- माझ्याशिवाय दुसऱ्या कुणाला हे जास्त चांगलं समजेल?
- पण तरीही तुम्हांला त्याविषयी बोलायचंय.
- आपल्या दोघींची परिस्थिती वेगवेगळी आहे. तू तरुण आहेस. तुझ्यासमोर सगळ्या शक्यता खुल्या आहेत. पण मी मात्र केवळ माझ्या गोष्टी सांगू शकते आणि माझ्या आठवणींतच सांत्वन मिळवू शकते.
- आणि मी त्या ऐकायला तयार आहे.
- हो. खरंच! तुझ्याकडे ऐकण्याचं व्यावसायिक कौशल्यच आहे.
- खरोखरंच आहे. तुम्ही मला टेनिस क्लबविषयी सांगत होतात.
- वस्तुस्थिती अशी होती की, त्या काळात मी त्या क्लबला फायदेशीर ठरत होते. कारण बर्लिन विद्यापीठामधले तरुण माझ्यासाठी अगदी घायाळ झाले होते.
- आहा!
- नाही? मी शब्द बरोबर वापरला ना?
- अर्थात मॅडम रोझेला, तुम्ही अगदी अचूक वापरलात. मला वाटतं, 'घायाळ' हा शब्द इतक्या गोड पद्धतीने कधीच वापरला गेला नसेल. पुढे सांगा ना.

- जेव्हा मी खेळत असे, तेव्हा प्रेक्षागार भरून जात असे. फक्त मुलगेच नव्हे तर माझ्या जिम्नॅशियममधल्या मुलीही तिथे असत.
- त्यातल्या त्यात आपलाही वाटा मिळतो का ते शोधण्यासाठी की काय?
- हां! तू तसं म्हणू शकतेस. कदाचित इतक्या तरुण पोरांबरोबर मैत्री करणं मला जमणार नाही असं त्यांना वाटत असेल. त्यामुळे त्यांना एखादा मित्र मिळतो का यासाठी नशीब आजमावण्याकरता असेल. तुला डक व्हिसलविषयी काही माहित आहे का?
- नाही. मी त्याविषयी कधी ऐकलं नाही.
- तुला शिकारीविषयी फारसं काही माहीत नसावं. हो ना?
- जोपर्यंत तो खेळ प्राण्यांशी संबंधित आहे, तोपर्यंत नाही.
- मुली... तुझ्याबद्दलची उत्सुकता हळूहळू वाढतच चाललीय.
- अरे वा!
- असो! तर मी काय सांगत होते?
- तुम्ही डक व्हिसलविषयी बोलत होतात.
- हो, तर तुला माहीत आहे त्याविषयी?
- नाही मॅडम रोझेला.
- तिचं बदकांच्या आवाजाशी साम्य असतं. आपण ती वाजवली की, सगळी छोटी बदकं सभोवती गोळा होतात. मग आपण त्यांची शिकार करू शकतो. त्या वेळी आतासारख्या कारखान्यात बनलेल्या तयार शिट्या मिळत नसत. शिकाऱ्यांना स्वत:लाच ती शिटी वेळूपासून बनवावी लागे.
- मला आता उत्सुकता वाटू लागलीय.
- आल्दोची शिटी कदाचित अजून असेल घरातच कुठेतरी. कधीतरी मी तुला ती दाखवेन. तर त्या वेळी मी अशा एखाद्या हाकाऱ्यासारखी होते. मी जेव्हा तिथे टेनिस खेळायला जात असे, तेव्हा अचानक सगळे देखणे तरुण तिथे प्रकट होत असत.
- मॅडम रोझेला, मला तुम्हांला काहीतरी विचारायचंय.
- मला ना, तुझ्या आवाजात एक खोडकरपणाचा सूर जाणवतोय.
- पण वचन द्या की तुम्ही रागावणार नाही.

- तू मला कधीतरी रागावलेलं पाहिलंयस का?
- नाही. अजून तरी नाही. आणि मी पाहिलं असतं, तरी मी काही बुजले नसते. पण मी जर हे विचारलं नाही, तर मात्र माझ्या उत्सुकतेचा स्फोट होईल.
- मग विचार की मुली, मी ऐकत्येय.
- तुम्हांला प्रेमाचे खेळ खेळण्याची आवड होती का?
- प्रेमाचे खेळ खेळण्याची आवड?
- होय.
- कोणत्या अर्थाने?
- याचे असे कितीसे अर्थ होतात?
- जर्मनीमध्ये त्या वेळी याचे अनेक अर्थ होते. त्यातही स्त्रियांसाठी वेगळे आणि पुरुषांसाठी वेगळे. विशेषत: आपण जर ज्यू कुटुंबाचा घटक असलो, तर ते परंपरेला धरूनच होतं. तिथे कायमच एक सीमारेषा म्हणजे दुसऱ्या शब्दात मर्यादा असते आणि देवाला ठाऊक आहे की ती सीमा पुढे सरकवण्यात मला गंमत वाटत असे.
- पाहा! म्हणजेच तुम्हांला प्रेमाचे खेळ खेळण्याची आवड होती की.
- मी खातरीने तसं नाही म्हणणार. उदाहरणार्थ, रात्री चोरून भेटणं, झाडाखाली चुंबन घेणं, त्याला आपले केस कुरवाळू देणं, या गोष्टींना आजकाल प्रेमाचे खेळ म्हणतात का?
- नाही.
- आणि गुप्तपणे पत्र पाठवणं, आपल्याला एखादं गीत अर्पण करणं, आपल्या सज्जाखाली कविता म्हणणं याला?
- म्हणजे तुम्ही किती लोकांबरोबर या गोष्टी करता यावर ते अवलंबून असतं.
- ...
- ...
- मुली, खरंच! तुझ्या धीटपणाचं मी कौतुक करते.
- आता मला ओरडा बसणार का?

- मला माहीत नाही माझ्याकडून तुला काय वदवून घ्यायचंय ते. पण हे खरंच आहे की, मला नेहमीच पुरुष आवडत असत. पण ते केवळ त्यांच्या देखणेपणामुळे नव्हे. त्यांना मी आवडते, हे मला आवडत असे. त्यांच्यातली दया, सहानुभूती, त्यांचं बालिश वागणं मला आवडे. त्याच वेळी त्यांच्यातला जोमदारपणा, रुबाब, वागण्याची ऐट हे सगळं मला आकर्षक वाटत असे. आता जरा त्या भिंतीवरचं ते चित्र पाहा.
- मी पहिल्यांदा इथं आले, तेव्हाच पाहिलंय मी ते. ते नक्कीच आल्दो असणार.
- काय वाटतं तुला? तो देखणा आहे असं वाटतं तुला?
- दिसायला वाईट नाहीत ते.
- प्रामाणिकपणे सांग पाहू.
- मला म्हणायचंय की ते ठीक आहेत दिसायला.
- छोटासा चेहेरा, गोल काचांचा चश्मा. त्याचे केस त्याच वेळी विरळ होऊ लागले होते. टेनिस क्लबमधल्या सर्वांत सुंदर मुलीला मोहात पाडेल अशा देखण्या राजपुत्रासारखा वाटतो का तुला तो?
- नाही. नक्कीच नाही.
- पण तो तोच होता, जो मला हवा होता आणि अशा अनेकांमधून, जे त्या वेळी जॉनी वेस्म्युलरप्रमाणे दिसत... का ते तुला माहीत आहे?
- मला जाणून घ्यायला आवडेल, रोझेला मॅडम.
- मी त्याला निवडलं कारण त्याला मनापासून मला जाणून घ्यायचं होतं. फक्त तोच एकटा असा होता, जो माझ्या अंतरंगात पाहू शकत होता.
- ...
- तू विचारात हरवलीस.
- नाही. मी ठीक आहे. मी तुमचं बोलणं ऐकत होते.
- तुझ्या डोळ्यांत पाणी आलंय का?
- मला माहीत नाही.

- मुली... अजून आपण या गोष्टीच्या सर्वाधिक भावपूर्ण अंशांकडे पोहोचलो नाही आहोत.
- मॅडम रोझेला, मला वाटतंय की मी निघावं.
- म्हणजे?
- म्हणजे, आधीच उशीर झालाय. तुमची परवानगी असेल तर...
- ठीक आहे मुली. तू नीघ आता. पण कृपा करून लक्षात असू दे की, मी गुरुवारी तुझी वाट पाहत असेन. जाण्यापूर्वी जरा झेल्दाला माझ्या औषधाच्या गोळ्या आणायला सांगशील का? आज मी लवकरच झोपायला जाईन म्हणते.

४

- मुली, आज तू जराशी निरुत्साही दिसतेयस.
- कोणास ठाऊक! आज मला जरा थकल्यासारखं वाटतंय.
- मग आज सुट्टी घेऊ या का?
- नको! नको! सुट्टीची काहीच गरज नाहीये.
- तुला मला काही सांगावंसं वाटतंय का?
- काय सांगायचं?
- काहीही.
- सांगण्यासारखं तसं काहीच नाहीये मॅडम रोझेला. गेले दोन दिवस मी अशीच होते. कदाचित पावसाळी हवेमुळे असेल.
- बरोबर! पाऊस थांबेल असं वाटत नाहीये.
- खरं तर मला अशी हवा आवडते. पण माहीत नाही मला कसला त्रास झाला...
- आठवडा कसा गेला तुझा?
- नेहमीसारखाच.

- तुझा रोजचा दिनक्रम मला माहीत नाहीये ना!
- म्हणजे मी महाविद्यालयात गेले. सगळे तास...
- तू कोणत्या विभागात आहेस? मी विसरले.
- तुम्ही विसरणार कशा? कारण मी तुम्हांला सांगितलंच नव्हतं. फ्रेंच साहित्य. द्वितीय वर्ष.
- तुला फ्रेंच साहित्य आवडतं का?
- अभ्यासक्रमाविषयी माझी काहीच तक्रार नाही.
- तुझी तक्रार या शहराविषयी आहे. बरोबर?
- इतकं उघड उघड लक्षात येतंय का ते?
- बाळ, तू इस्तंबूलची आहेस आणि हे युरोपातलं शहर आहे. अति शांत, अति सजवलेलं आणि इस्तंबूलमधल्या व्यक्तीसाठी अगदी सत्त्वहीन. आत्मा नसलेलं. खूपच सुसंस्कृत... अगदी माझ्या काळात सुद्धा बोस्फोरस सोडून इथल्या राहणीमानाची सवय करून घेणं काहीसं त्रासदायकच होतं. मला खातरी आहे, आता तर या दोन प्रदेशांमधला फरक अधिकच वाढला असणार.
- खातरीने
- तुझी हरकत नसेल, तर एक विचारू? तू कुठे राहतेस?
- म्हणजे जर मी पळून वगैरे गेले तर?
- नाही, कधी तुला काही गरज लागली तर.
- मी एका वसतिगृहात राहते. एक बेल्जियन मुलगी आणि मी एका खोलीत राहतो. अगदी अस्सल बिनडोक आहे ती!
- तुम्हा दोघींचं जुळत नाही का?
- जुळणं अशक्य आहे. कारण त्या अर्धवट मुलीची खातरी आहे की मध्यपूर्वेकडे प्रत्येक व्यक्ती ही मानवी बॉम्ब बनून वावरत असते.
- किती कठोरपणे बोलतेयस तिच्याविषयी
- म्हणजे मी तिला अर्धवट म्हटलं म्हणून?
- नाही. नक्कीच नाही. ती तशीच तर वागतेय.
- तुम्हांला माहीत आहे का? तिने तर खोली बदलून मिळावी यासाठी व्यवस्थापनाकडे अर्जही केला होता.

- अरे देवा! मग काय झालं?
- त्यांनी फेटाळला. बहुधा एका मूर्ख मुलीमुळे स्वत:वर वंशद्वेषाचा ठपका येईल म्हणून ते घाबरले असावेत. खरं तर मी पर्वाच करत नाही. मला वाटतं, त्यांनी तिची विनंती मान्य करायला हवी होती. म्हणजे माझीच सुटका झाली असती तिच्यापासून.
- आल्दो म्हणत असे की, लोक शिक्षणासाठी लंडन, पॅरिस किंवा फ्लॉरेन्स सारख्या शहरांमध्ये जातात. या शहरात मात्र ते पाठवले जातात.
- खरंच, त्यांचं बरोबर होतं.
- तुलाही या शहरात मुद्दाम पाठवलंय का?
- मॅडम रोझेला, सध्या तुमची गोष्ट सुरू आहे आपल्या कार्यसूचीवर.
- बरं. ठीक आहे. मग कुठे थांबलो होतो आपण?
- मिस्टर आल्दोंचा व्यवसाय काय होता?
- तो शास्त्रज्ञ होता. एक अंत:स्राव ग्रंथी तज्ज्ञ.
- कोण?
- अंत:स्राव वैज्ञानिक. मानवी शरीरातल्या नलिका विरहित ग्रंथी संप्रेरकांचा अभ्यास करणारी विज्ञानाची शाखा आहे ती.
- म्हणजे ते फारच महत्त्वाचं काम आहे.
- तू कधी टेडियस राइचस्टाइन हे नाव ऐकलं आहेस का?
- नाही. याबाबतीत मी अगदीच अडाणी आहे.
- मुळीच नाही. माझ्या प्रिय आल्दोने टेडियस राइचस्टाइन यांच्यासह ॲडिसन विकारावरची उपचारपद्धती शोधून काढली होती. संप्रेरक उत्पन्न करणारा एड्रिनल ग्रंथीचा भाग अलग करण्याचा त्यांचा प्रयत्न होता. त्यामुळे हा आजार झालेल्या रुग्णाचं आयुष्य वाढू शकेल असा त्यांना विश्वास होता.
- मॅडम रोझेला...
- तुला समजत नाहीये का?
- माफ करा मला.
- सोडून दे. या गोष्टी समजून घेण्यासाठी मलाही वर्षं लागली. तर प्रयोगशाळेत अनेक वर्षं काम केल्यानंतर काही संप्रेरकं वेगळी

करण्यात त्यांना यश आलं. त्यांपैकी एक संप्रेरक नंतर कॉर्टजोन या नावाने ओळखलं जाऊ लागलं.

- काय? खरंच?
- होय. ही वस्तुस्थिती आहे. सुप्रसिद्ध कॉर्टजोन हे त्यांच्या अथक परिश्रमांचं फळ आहे.
- मी तुमच्या जागी असते, तर मला नक्कीच अभिमान वाटला असता.
- मलाही वाटला. पण तो त्याविषयी फारसं काही बोलला नाही, वा त्यानं लिहिलंही नाही. माझा प्रिय आल्दो. त्याला कसलीही अतिशयोक्ती आवडत नसे. नेहमीच नम्र आणि नेमस्त असायचं त्याचं वागणं.
- त्यांच्या छायाचित्रावरून लक्षात येतं. खरा शास्त्रज्ञ.
- हो. खरंय.
- तुम्ही टेनिस क्लबमध्ये भेटलात का?
- आम्ही पहिल्यांदा भेटलो तो नेमका क्षण मला आठवत नाही. तुला कदाचित लक्षात आलं असेल की, तो दिसायला आकर्षक नव्हता. आमच्या दोघांच्या मित्राने बहुधा आमचा परिचय करून दिला असावा. मला प्रामाणिकपणा फार महत्त्वाचा वाटतो पेलीन. खरं काय आणि खोटं काय हे ओळखण्याची क्षमता मला मिळालीय. कदाचित मी जॉनी वेस्म्युलरसारख्या दिसू पाहणाऱ्या रिकाम्या डोक्याच्या नटव्या पुरुषांना कंटाळले असेन.
- मॅडम रोझेला, माझ्या अडाणीपणाबद्दल मला माफ करा. पण तुम्ही हे नाव आधीही घेतलं होतंत. हा जॉनी वेस्म्युलर कोण?
- अरेच्चा! तू त्याच्याविषयी ऐकलं नाहीयेस?
- सॉरी!
- जॉनी वॅस्म्युलर म्हणजे 'टारझन'च्या चित्रपटांमध्ये सर्वप्रथम टारझनची भूमिका करणारा अभिनेता. तो जलतरणपटूही होता. त्याने ऑलिंपिकमध्ये पदकही मिळवलं होतं. माझ्या तरुणपणी तो हिरो होता. कोणत्या नटाशी त्याची आज तुलना करता येईल? मी विचार करतेय.

- क्लूनी?
- नाही. आपल्याला अधिक चपळ माणूस हवाय.
- टॉम क्रूस?
- छे! छे! तो दात विचकणारा वानर!
- ब्रॅड पिट?
- हं... तो सुद्धा नाही.
- मग आरनॉल्ड?
- जो सध्या राज्यपाल आहे तो का?
- होय
- हं... कदाचित होय. वेस्म्युलर हा आम्हा तरुण पिढीचा आरनॉल्ड होता. तो देखणाही होता आणि क्रीडापटूही होता. शिवाय त्या काळी फारसे इतर पर्याय उपलब्ध नसल्यामुळे सगळ्या मुली त्याच्यासाठी वेड्या झालेल्या होत्या.
- पण तुम्ही नव्हतात.
- ना. व्यक्तिश: मला कायमच ब्रॅड पिट आवडत असे.
- ओह! मला हे समजायला हवं होतं.
- खरं सांगायचं, तर आल्दो आणि मी सकाळच्या न्याहरीच्या निमित्ताने थोडेफार भेटलो. त्या वेळी मला जाणवलं की, मी जेव्हा त्याच्यासोबत असते, तेव्हा अगदी आतून मी शांत आणि स्वस्थ असते. मला असं वाटायचं की, एक नीरव अशी शांतता त्याच्या आत्म्यातून माझ्यात वाहत येते. मी जेव्हा त्याच्याबरोबर असे, तेव्हा मला जगात काही खटकण्यासारखं आहे, जे सुधारलं पाहिजे, असं वाटत नसे. उलट सगळं काही जागच्या जागी व्यवस्थित आहे असंच वाटे. त्यातही त्याला रिल्केच्या कविता तोंडपाठ होत्या. त्या तो म्हणू शकत असे. ही त्याच्या स्वभावातली एक लक्षणीय बाब होती. अगदी त्या काळातही. तुला रिल्के माहीत आहे का?
- एकांत असतो पावसासारखा, जो समुद्रातून उदय पावत संध्येला भेटतो.

- तुला माहीत आहे?
- मॅडम रोझेला, मला कृपया सुमार बुद्धीची समजू नका.
- मी लक्षात ठेवेन.
- प्लीज नक्कीच ठेवा.
- आल्दो रोज सकाळी माझ्यासाठी एक कविता म्हणत असे. आता तू मला सांग की, जर कुणीतरी एखाद्या मुलीसाठी रोज सकाळी रिल्केची कविता म्हणत असेल, तर तिने काय करावं?
- तुम्ही जर आजच्या मुलींविषयी बोलत असाल, तर त्या उदाहरणार्थ जांभई देऊ शकतील.
- पूर्वीही फारशी वेगळी परिस्थिती नव्हती. माझ्यावर विश्वास ठेव. म्हणूनच बहुधा त्यालाही माझ्याबरोबर वेळ घालवायला आवडत असावं.
- तेही विद्यार्थी होते का?
- होय. तो इस्तंबूलमधून इथे वैद्यकीय शिक्षण घेण्यासाठी आलेला सेफर्डिक ज्यू मुलगा होता. माझ्यापेक्षा सात वर्षांनी मोठा. मी म्हटलं तसा अतिशय समंजस, कनवाळू आणि दुसऱ्याचं म्हणणं मनापासून ऐकून घेणारा. त्याच्यासोबत असताना कधीही आपण सुबक आभूषण आहोत असं वाटत नसे.
- आणि तुम्ही त्यांच्या प्रेमात पडलात.
- प्रेमापेक्षा खूप काहीतरी अधिक होतं. माझ्या आत्म्याच्या खोल गाभ्यातून मला वाटत असे की माझं आल्दोशी दृढ असं नातं आहे. तो माझ्यासाठी पिता होता, माझा पुत्र, माझा जवळचा मित्र आणि माझा थोरला बंधू... त्याच्या सहवासात मला कायम सुरक्षित वाटत असे. त्याच्यासोबत असताना माझं आयुष्य अगदी निवांत होतं.
- त्यांची ओळख करून घ्यायला, त्यांना भेटायला मला आवडलं असतं.
- मला खातरी अहे, तुलाही तो खूप आवडला असता.
- मग तुम्ही लगेच लग्न केलं का?

- आल्दो हा काही धाडसी तरुण नव्हता... तू समजू शकतेस... आणि मलाही लगेच शिक्का नकोच होता. त्यामुळे आम्ही काहीसे सावकाश पुढे गेलो. पण मग एकदा वसंत ऋतूतल्या एका सकाळी त्याने मला सुचवलं, की आपण एक बोट घेऊन नदीवर फिरायला जाऊ. जवळ जवळ दीड तास बोट वल्हवत फिरल्यानंतर आणि इकडच्या तिकडच्या गप्पा मारल्यानंतर तो इतका दमला, की मी घाबरले. मला लग्नाची मागणी घालण्यापूर्वीच तो जातो की काय असं वाटलं मला. पण सुदैवाने त्याला तसं करण्यात यश आलं. आमच्या लग्नाविषयी माझे कुटुंबीय जरा द्विधा मनस्थितीत असणं स्वाभाविक होतं. तुला कदाचित फारशी माहिती नसेल. आम्ही अ‍ॅश्कनाझी ज्यू आणि इस्तंबूलचे सेफर्डिक ज्यू एकमेकांना वेगळं मानतो. खरं तर दोहोंमधला फरक फारसा स्पष्ट नाहीये. त्या वेळी माझ्या वडलांच्या मनात दोन स्थळं होती. त्यांना त्यांच्यात आपला भावी जावई दिसत असावा. त्यांना एका जर्मन ज्यू इंजिनिअरशी माझं लग्न लावायचं होतं. त्याला बघून त्यांना स्वत:च्या तरुणपणीच्या दिवसांची आठवण होत असे. त्यामुळे इस्तंबूलचा जावई ही कल्पना स्वीकारायला माझ्या कुटुंबाला जरा वेळ लागला. पण अखेरीस माझ्या प्रिय आल्दोचं सुसंस्कृत आणि समंजस वागणं कामी आलं आणि त्यांनी आमची इच्छा मान्य केली.
- म्हणजे त्यांनी तुमच्या वडलांना पटवलं?
- म्हणजे त्याने माझ्या वडलांचं मन वळवलं असं तुला म्हणायचंय का?
- तसंच
- अरे झेल्दा! तू अगदी वेळेवर आलीस. आम्ही तहानेने व्याकूळ झालो होतो. मुली, तुला या सुंदर चहाची चव देण्यात आम्हांला काही यश आलेलं नाही.
- मला चहा आवडत नाही मॅडम रोझेला. चहा मला काहीसं अस्वस्थ करतो.
- सिगरेट?
- मी ओढते. पण फार क्वचित

- आपलंच घर समज. इथे तू सिगरेट ओढू शकतेस. माझी एकूण परिस्थिती पाहता थोड्याशा सिगरेटस् ओढल्या म्हणून मला काही जास्तीचा त्रास होणार नाही.
- असं काहीतरी बोलू नका.
- फारच छान मग. तुझं बरोबरच आहे. मला दु:ख आहे आणि मला वाईट वाटतंय असं मी म्हणू नये. तिथे त्या खणात थोड्या लवंगेच्या सिगरेट्स आहेत, तुला हव्या असल्यास.
- धन्यवाद. खरं तर सिगरेटमुळे मला त्रास होतो.
- भोवळ येते का?
- नाही. जरा वेगळं... म्हणजे मला सांगता येत नाही. असा त्रास असलेलं आणखी कुणी मला भेटलेलं नाही. सिगरेट ओढली की मला नैराश्य येतं. नंतर अपराधी वाटायला लागतं. मी अस्वस्थ होते. काहीही अर्थ नाही त्यात.
- कदाचित आपल्याला या समस्येवर फ्रॉइडियन स्पष्टीकरण सापडू शकेल.
- नको! गेल्या काही वर्षांत मला आधीच फ्रॉइडने झपाटलंय.

फ्रॉइडने झपाटलंय?

म्हणजे मला असं म्हणायचंय की, मी अनेक मानसोपचार तज्ज्ञांना भेटलेय.

- तुला त्याविषयी बोलायला आवडेल का?
- आता नको मॅडम रोझेला, नंतर कधीतरी बोलू.
- ठीक आहे. तर आपण कशाबद्दल बोलत होतो?
- तुम्ही तुमच्या वडलांचं मन वळवलंत.
- होय. अगदी सुरेख झालं आमचं लग्न. सकाळी मी कुर्फुरस्टेनडॅममध्ये रमतगमत फिरत होते, तेव्हा मझ्या मनात आनंद ओसंडत होता. त्या दिवशी आल्दो तर लहान मुलासारखा खुशीत होता. माझं कुटुंब आणि त्याचे इस्तंबूलहून आलेले नातेवाईक यांच्यात बारीकसारीक कुरबुरी झाल्या; म्हणजे संगीत कोणतं लावायचं, वगैरे अशा अगदी सामान्य गोष्टींबाबत त्या होत्या. पण मी म्हटलं तसं. तो काळाचा छोटासा तुकडा होता. आयुष्याकडून

चोरलेला काळाचा एक तुकडा. संध्याकाळ झाली, तेव्हा सुरुवातीला ज्यांना नवे नातेवाईक आवडले नव्हते, तेच लोक एकमेकांना घट्ट मिठ्या मारत होते. थोडक्यात आम्ही एका शाश्वत आनंदात तरंगत होतो आणि आम्हांला वाटलं होतं की, यापुढे आम्ही कायम असेच आनंदात राहू.

- पण तसं झालं नाही का?
- दुर्दैवाने नाही. नाही झालं तसं.
- ओह! पण असं झालं तरी काय?
- आयुष्यात काहीही घडू शकतं, मुली!
- म्हणजे तुम्हाला असं म्हणायचंय की...
- माझी पुढची गोष्ट ऐकण्यापूर्वी तू मला हे सांग की, संवाद दोघांमध्ये होतो ना?
- ...?
- सांग. सांग. मी ऐकत्येय.
- तुम्ही मला खिंडीत गाठताय का?
- नाही. पण तू जर थोडंसं तुझ्याविषयी बोललीस, तर चांगलं होईल. नाहीतर मला वाटायला लागेल की, म्हातारचळ लागल्यासारखी मी एकटीच बडबड करतेय.
- मला स्वत:विषयी बोलायला खरंच आवडत नाही, मॅडम रोझेला!
- का नाही आवडत?
- शिवाय माझ्यापाशी सांगण्यासारखं काहीही नाही.
- प्रत्येकाची एक गोष्ट असते प्रिय पेलीन... पण ज्या अर्थी झेल्दा माझी औषधं घेऊन आलीय, त्याअर्थी खूप उशीर झाला असणार. बघ, मला वाटतं, तू विचार करावास. माझा प्रस्ताव अगदी स्पष्ट आहे. पुढच्या वेळी इथं येताना जर तुझ्या खिशात तुझी गोष्ट असेल तरच तुला माझी पुढची गाष्ट ऐकता येईल.
- तुम्ही एखाद्या उद्योजिकेसारख्याच वागताय, मॅडम रोझेला.
- मी ज्यू आहे, प्रिय पेलीन.
- काळजी घ्या.
- पुन्हा भेटू.

५

- बरं तर मग मुली, मी ऐकत्येय.
- तुम्ही तुमचं म्हणणं कधीच सोडत नाही, नाही का?
- आपला तसा करार झालाय.
- पण लेखी कुठाय?
- बिचारा हेच ज्यूंचं सर्वस्व असतं. तू शब्द दिलास म्हणजे तू तो पाळायला हवास. आणि तू मला शब्द दिला आहेस.
- मग आता मी काय करावं अशी अपेक्षा आहे?
- तू मला तुझ्याविषयी सांगायचं आहेस.
- मला माझ्या स्वत:विषयी बोलण्याचा सराव नाहीये.
- ठीक आहे. मी मदत करते. तुला पुरुष आवडतात?
- काय? हे अगदी अनपेक्षित आहे.
- तुला पुरुष आवडत नाहीत का?
- मॅडम राझेला, हा विषय खूपच खाजगी नाहीये का?
- मला वाटलं की, तुला माझी राहिलेली गोष्ट ऐकायचीय.
- प्रामाणिकपणे कबूल करते, की होय.
- तर मग तुला बोललंच पाहिजे. मला तुझ्याविषयी सांग. तू इतकी छान आहेस, की तू एकटी असणं शक्यच नाही. उदाहरणार्थ, तुला एखादा मित्र आहे का? प्रियकर?
- ...
- नाहीये का?
- म्हणजे या दोन्हीमध्ये कुठेतरी...
- याचा अर्थ?
- माझ्या महाविद्यालयात एक ग्रीक मुलगा आहे.
- देखणा आहे का तो?
- हो! म्हणजे एका परीने आहे.
- तुम्ही दोघं फिरायला जाता?
- काही वेळा तुम्ही असं काहीतरी बोलून जाता की तुम्ही साठ वर्षं इस्तंबूलपासून दूर आहात यावर विश्वासच बसत नाही माझा.

- अग मुली, दूरचित्रवाणी नावाची एक वस्तू आहे. उपग्रहांची कृपा. त्यांच्यामुळे टर्किश भाषेतल्या वाहिन्या उपलब्ध आहेत. त्या मी कधी कधी बघते. विशेषत: जुने चित्रपट. पण थोड्या वेळानंतर माझं डोकं दुखायला लागतं.
- मग तुम्हांला माझी गरज का भासावी?
- दूरचित्रवाणी माझ्याशी बोलू शकत नाही. तू बोलू शकतेस. हां, तर तू म्हणत होतीस की, तो ग्रीक मुलगा आहे तिथे. तुम्ही फिरायला जाता का?
- नाही. अजून नाही.
- पण त्याला तू आवडतेस, बरोबर? नाव काय त्याचं?
- दिमित्री
- तोही विद्यार्थी आहे का?
- होय. त्याच्या वडलांच्या मालकीच्या बोटी आहेत.
- म्हणजे तो देखणाही आहे आणि श्रीमंतही. मग तुम्ही दोघं मिळून काय करता?
- रोझेला मॅडम, आम्ही दोघांनी मिळून काहीही करायला सुरुवातच केलेली नाही. आम्ही अजून एकमेकांची ओळख करून घेण्याच्या प्रयत्नात आहेत.
- छान... आणि मग इतरांचं काय?
- इतर?
- जर एक देखणा आणि श्रीमंत, ग्रीक बोट मालकाचा वारस तुझ्यामागे आहे आणि तरीही तुझं मन दोलायमान आहे, याचा अर्थ, तुझी मनधरणी करणारे आणखीही असले पाहिजेत.
- अरे! देवा रे!
- आणखी कोणी नाहीयेत?
- होय. आहेत.
- मग सांग तर. मी उत्कंठेने मरावं असं वाटतंय का तुला?
- एक रशियन तरुण आहे.
- रशियन? किती रोमँटिक! त्याचं नाव काय?
- इवान

- हं! खरं तर हे नाव मला मुळीच आवडत नाही. पण रशियन पुरुष मेडिटरेनिअन स्त्रियांना अक्षरशः पूजतात. विशेषतः तुझ्यासारख्या सुंदर स्त्रियांना.
- हा तुमचा सभ्यपणा!
- हं. तर इवानबद्दल सांग. तो कसा दिसतो? त्याचा बांधा, त्याचा चेहेरा...

फिकट तपकिरी केस, गोरा रंग. उंच. अगदी स्लाव्हिक नमुना.
- तुझं मन वळवण्यासाठी तो काय करतो?
- म्हणजे मला माझं पावित्र्य गमावण्यासाठी कसं उद्युक्त करतो?
- अलीकडे या गोष्टीला असं म्हणतात का?
- होय.
- त्याने सुचवलं होतं की, मागची साप्ताहिक सुटी आम्ही एकत्र त्या एका तळ्याशेजारच्या हॉटेलात घालवावी.
- काय? अगदी अस्सल रशियन... ठाम आणि बेदरकार. तू स्वीकारलंस त्याचं निमंत्रण?
- अर्थातच नाही.
- हुश्श! क्षणभर मी घाबरलेच होते. बाळ, अशा बाबतीत खूपच सावध राहा बरं तू! त्याचं पहिलंच निमंत्रण इतकं धीट असेल, तर दोन गोष्टी संभवतात. तो तुला फारच सोपी जोखीम समजतो किंवा भविष्यात आणखीनच विचित्र प्रस्ताव तुझ्यासमोर ठेवू शकतो.
- म्हणजे कसले?
- तुझ्या कल्पनाशक्तीला चालना दे की.
- तो रशियन आहे म्हणून का?
- नाही. तो पुरुष आहे म्हणून.
- काय हे रोझेला मॅडम?
- हसू नकोस बरं. हे अनुभवाचे बोल आहेत.
- आणि मला त्याविषयी पूर्ण आदर आहे.
- मला खरं सांग. तू हॉटेलमध्ये गेली होतीस की नाही?
- मी सांगितलं ना, की मी नव्हते गेले. शिवाय या शहरात मी मला पाहिजे तसं मोकळेपणाने हिंडू फिरू शकत नाही.

- का बरं?
- कारण कोणीतरी सतत माझा पाठलाग करत असतं.
- अरे देवा! आणखी एक पुरुष?
- नाही. म्हणजे हो. अर्थातच तो पुरुष आहे. पण मी त्याला आवडते म्हणून तो माझा पाठलाग करत नाही. तो माझ्या वडलांच्या इच्छेनुसार माझ्यावर पाळत ठेवतो.
- तू खरंच सांगतेयस की...
- होय. टर्कीमध्ये माझ्या वडलांची हॉटेल चेन आहे. त्यांच्या व्यावसायिक संबंधांमुळे त्यांचे हात इथपर्यंत सहज पोहोचू शकतात. मला वाटतं, त्यांनी इथल्या त्यांच्या एखाद्या मित्राला सांगून माझ्या पाळतीवर राहण्यासाठी एक मनुष्य नेमण्याची व्यवस्था केली असणार. ज्या क्षणी मी महाविद्यालयातून बाहेर पडते, त्या क्षणी हा माणूस माझा पाठलाग करायला सुरुवात करतो आणि मी वसतिगृहात परत जाईपर्यंत तो सतत माझ्या मागे असतो.
- तुला खातरीनं असं वाटतंय, की हे असंच आहे?
- होय. माझ्या वडलांनीच मला सांगितलं. त्यांनी खरं तर असं सांगितलं, की हे सारं माझ्या सुरक्षिततेसाठी आहे. थापा आहेत सगळ्या. मी दूर असतानाही माझ्यावर नियंत्रण ठेवण्याचा हा त्यांचा प्रयत्न आहे आणि त्यांना असंही वाटतंय बहुधा की हे न कळण्याइतकी मी मूर्ख आहे.
- अतिशय त्रासदायक आहे हे...
- नक्कीच.
- आणि तुझ्या आईचं नाव काय?
- मला आई नाहीये.
- अरे देवा! खरंच?
- म्हणजे ती मरण पावलेली नाही. तुम्ही वाईट वाटून घेऊ नका. ती दुसऱ्या माणसाच्या प्रेमात पडली आणि मी फक्त दोन वर्षांची असताना आम्हांला सोडून गेली.
- ऐकून वाईट वाटलं.

- नका वाटून घेऊ. मी मोठी झाले, तसं मी स्वतःसाठी वाईट वाटून घेणं सोडून द्यायला शिकले, आणि माझे वडील, ज्यांना आपल्या लहानग्या मुलीला परदेशात काही त्रास होऊ नये असं वाटतंय, त्यांनी हा उपाय शोधून काढलाय.
- एक मिनिट... तू इथे येतेस तेव्हाही तो माणूस तुझ्यामागे असतो?
- अर्थातच!
- अरे देवा! मग आता कुठे आहे तो?
- मला नक्की माहीत नाही. तो! तिथे! झाडाखाली उभाय.
- मला बघू दे. तो उंच आणि सडपातळ माणूस?
- अगदी बरोबर.
- पण बाहेर तर पाऊस पडतोय.
- मग काय झालं?
- तो बिचारा भिजून जाईल.
- ज्या अर्थी तो स्वेच्छेने पावसात भिजतोय, त्या अर्थी त्याला भरपूर मोबदला मिळत असणार.
- झेल्दाला त्या गरीब माणसाला चहा द्यायला सांगू या का?
- कृपा करून असं कधीच करू नका.
- पण तो तर अगदी नखशिखांत भिजतोय.
- मॅडम, तो आपला प्रश्न नाहीये. त्याने काम घेतलंय, त्यामुळे त्याला त्याची फळं भोगू देत.
- तू अगदी संकुचित आहेस.
- कशी काय?
- अर्थात तुला माहिती जास्त आहे... आणि तुझं बरोबरही आहे. कोणास ठाऊक! कदाचित तो घरीच यायला लागेल सारखा. देवा! या कल्पनेने सुद्धा काटा आला माझ्या अंगावर.
- तशी काळजी करू नका. तो तसा धोकादायक नाही वाटत मला.
- तुला खातरी आहे?
- म्हणजे मला तरी तो तसा वाटत नाही.
- बरं का मुली, आता मला जरा मोकळं वाटलं.

- आता तुम्ही रागावणार का माझ्यावर?
- अर्थातच नाही. आपण कशाविषयी बोलत होतो?
- मला खरंच आठवत नाहीये.
- हं! खरंच! तो रशियन इवान. त्याने आणखी काही प्रयत्न केले का?
- नाही. अजून तरी नाही.
- आणि बाकीचे?
- जर्मन?
- काय? जर्मन पण आहे का?
- पण त्याने आतापर्यंत कोणताही प्रयत्न केलेला नाही. तो प्राध्यापक आहे. साहाय्यक प्राध्यापक. तो इतरांच्या तुलनेत दिसायला चांगला नाही. पण वयाचा परिणाम म्हणून तो स्त्रियांना अधिक समजून घेऊ शकतो.
- तो हे कसं करतो?
- तो सुंदर हस्ताक्षरात मोठी मोठी पत्रं लिहितो मला.
- त्याच्या प्रेमाविषयी?
- नाही. त्याची पत्रं जीवन आणि प्रेम यांच्याविषयीच्या लघुनिबंधांसारखी असतात.
- फारच चतुर आहे.
- अगदी अस्सल बकवास!
- बकवास?
- म्हणजे निरर्थक. अगदी मूर्खपणा!
- मग तू त्याला उत्तर कसं देतेस?
- मी ती पत्रं वाचते. नोट्स काढते आणि जणू काही वाङ्मयीन मूल्यमापन केल्याच्या थाटात त्याला देते.
- तू अगदी निर्दय आहेस.
- खरं म्हणजे नाही. हा माणूस खेळ खेळतोय आणि मी त्या मूर्खपणात सहभागी होतेय, इतकंच.
- मग आता तू काय करणार? या तिघांनाही झुलवत ठेवणार का?

- मॅडम रोझेला, तुम्ही किती उत्तेजित झालायत!
- हो, थोडीशी.
- मग आता तुम्ही तुमची गोष्ट सांगायला सुरुवात केली पाहिजे. अर्थात नंतर तुम्हांला माझ्या गोष्टी ऐकायच्या असतील, तर!
- अगदी जशास तसं का?
- तसंच.
- आणि हे मी नाकारलं तर?
- तर मग आपण दोघीही गोष्टी ऐकण्यापासून वंचित राहणार आणि केवळ शांततेचा विजय होणार.
- केवळ शांततेचा विजय होणार! ... मुली मला खूपच आवडलं हे वाक्य. मी लिहून ठेवते. आणि जर तुला मान्य असेल, तर हे आजच्या भेटीचं भरतवाक्य मानू या.

६

- ये, ये, पेलीन! तुझ्या त्या लबाड गुप्तहेराने त्याची जागा घेतलीय, बघितलं मी.
- बरोबर! त्याला ते झाड खूपच आवडतं बहुधा. तुम्हांला ठाऊक आहे? तो कोण आहे हे मी अखेर शोधून काढलंच.
- खरंच? कोण आहे तो?
- मी सांगणार नाही. आधी तुम्ही तुमची गोष्ट सांगितली पाहिजे.
- पण...
- हं! मी ऐकतेय.
- तू मला जरा आधी सांगू शकतेस का?
- तुम्हीच तर नियम ठरवलेत, मॅडम रोझेला!
- ठीक आहे. तसं तर तसं. आपण कुठे थांबलो होतो?

- तुमच्या लग्नानंतरची सुरुवातीची वर्षं...
- सुरुवातीची वर्षं...
- बरोबर! सुरुवातीची वर्षं...
- ती फारच सुंदर होती. निश्चिंततेची होती. आल्दो विद्यापीठात साहाय्यक म्हणून काम करत होता आणि मी आमच्या मुलीला, तान्याला वाढवत होते. आमच्या लग्नानंतर वर्षभरातच तान्याचा जन्म झाला. ती एक आनंदी आणि निरोगी मुलगी होती. सातव्याच महिन्यात जन्माला आली, तरी आपल्या जीवनेच्छेने आयुष्याला अगदी घट्ट बिलगली. आणि सांगण्यासारखी गोष्ट अशी; माझ्या वडलांचं आल्दोशी छान नातं जुळलं होतं. ते आम्हांला वेळोवेळी आर्थिक मदत करत असत. त्या सुप्रसिद्ध कवीने अबिरिन दिनोला विचारलं नव्हतं का, की तो आनंदाचं चित्र रंगवू शकेल काय? असं समज की आम्ही त्या आनंदाच्या चित्राच्या अगदी जवळ होतो. पण लवकरच...
- ॲडॉल्फ हिटलर?
- होय. तुला इतिहासात रस आहे?
- खरं तर फारसा नाही. पण तुम्ही एका टप्प्यावर तुमची गोष्ट सांगणं थांबवलं. त्यामुळे माझं कुतूहल इतकं वाढलं की, मी गूगलवर थोडी शोधाशोध केली. तुम्ही ज्यू आहात आणि ज्या काळात हे घडत होतं त्या काळात तुम्हांला यातना देणारं असं काय घडलं असेल, याचा तर्क करणं तेवढंसं कठीण नव्हतं.
- तसं असेल, तर तुला स्फटिकाच्या बिलोरी रात्रीविषयी कळलं असेलच.
- नाही!
- तुला ऐकायचंय त्याविषयी?
- अर्थातच.
- मग जरा तुझे डोळे मिटून घे.
- कशासाठी?
- प्रश्न विचारू नकोस. फक्त डोळे बंद कर.
- समजलं.

- पूर्णपणे बंद आहेत आता?
- होय.
- आता एका खिडकीची कल्पना कर. एखाद्या दुकानाची दर्शनी खिडकी किंवा फुलांसाठी असलेल्या हरितगृहाचा काचेचा दर्शनी भाग.
- हं...
- कल्पना करणं जमतंय का?
- होय.
- आणि आता अचानक त्या खिडकीच्या काचा स्फोट झाल्यासारख्या फुटून जाऊ देत.
- काय?
- स्फोट होऊ दे. सगळ्या काचा फुटून त्यांचे तुकडे होऊ देत. एका जोरदार आघातानं! कल्पना करू शकतेस का तू?
- होय.
- अशा हजारो खिडक्यांचं चित्र मनात उभं कर.
- हजारो...
- सगळ्या खिडक्यांच्या काचा विटांनी फोडून टाकल्या आहेत. एक पिसाळलेला जमाव दुकानं शोधून लुटतो आहे आणि पेटवून देतो आहे.
- एखाद्या चित्रपटातल्या दृश्यासारखं...
- होय. एक भीषण अरिष्ट! कान बधिर करणाऱ्या कर्कश किंकाळ्या आणि पेटलेली घरं, दुकानं आणि आशासुद्धा! जळून राख होत असलेल्या. आकाशात वर वर चढणारा अतिशय अपवित्र असा धुराचा लोट आणि हे जे मी सांगतेय ते चित्रपटातलं दृश्य नाहीये.
- हे सगळं घडवणारे नाझी होते का?
- दुकानं, शाळा आणि ज्यूंची प्रार्थनाघरं जाळून टाकली होती. सगळीकडे विखुरलेल्या काचांच्या तुकड्यांनी भरून गेलेले रस्ते त्या नोव्हेंबरच्या रात्री चंद्राच्या प्रकाशात झगमगत होते. गुदमरवून टाकणारं दृश्य होतं ते. म्हणून त्या काळ्या रात्रीला बिलोरी रात्र

म्हणतात. त्या रात्रीनंतर ज्यूंना जर्मनीत पुन्हा कधीही सुरक्षित वाटलं नाही.

- म्हणून तुम्ही इस्तंबूलला गेलात का?
- खरं सांगायचं, तर ती माझ्या वडलांची इच्छा होती. कारण नाझी सरकारने या सगळ्या विनाशासाठी ज्यूंना जबाबदार धरलं होतं आणि नुकसानभरपाई म्हणून प्रचंड कर लादले होते. ज्यांना कर भरणं शक्य नव्हतं, त्यांना राजकीय गुन्हेगार मानून त्यांच्यासाठी तयार केलेल्या छळछावणीत पाठवलं जायचं. म्हणून वडलांनी सुचवलं की, सगळ्या गोष्टी हाताबाहेर जाण्यापूर्वीच आम्ही इस्तंबूलला जावं आणि आल्दोच्या नातेवाइकांसोबत राहावं. त्यांना आपल्या नातीची जास्त काळजी होती. त्यांनी आणि आल्दोने मिळून सगळी योजना आखली. मार्चच्या सुरुवातीला मी मुलीला घेऊन आगगाडीने इस्तंबूल गाठायचं आणि आल्दोने इथे या शहरात, जिथे आपण आता आहोत, तिथं यायचं. तू आता जिथे शिकते आहेस, त्या संस्थेत एका परिषदेत सहभागी होण्यासाठी.
- कसली परिषद? अशा परिस्थितीतही परिषदेला उपस्थित राहणं आवश्यक होतं का?
- मुली, तू जर आल्दोला ओळखत असतीस, तर तुला आश्चर्य वाटलं नसतं. त्याचं पहिलं प्रेम त्याच्या कामावर होतं, आणि नंतर माझ्यावर. अगदी सुरुवातीपासून त्याने मला ही जाणीव करून दिली होती की; पहिले काम, नंतर बाकीचं सारं. आणि तो जसा होता, तसा मी त्याचा स्वीकार केला. नाझीच नव्हे, नरकातले सगळे सैतान जरी आले असते, तरी त्या परिषदेला जाण्यापासून आम्ही त्याला परावृत्त करू शकलो नसतो.
- अच्छा!
- पण त्याची जबाबदारी मात्र त्याने पूर्ण पार पाडली. आगगाडीची तिकिटं तयार होती. इस्तंबूलमधल्या नातेवाइकांना कळवलं होतं. परिषदेनंतर आमच्यासोबतच राहण्याचा त्याचा विचार होता. अर्थात ही सगळी व्यवस्था आमचे मित्र सॅमी गूंझबर्ग यांच्या प्रयत्नांमुळे झाली. त्याबद्दल मी कायम कृतज्ञ आहे. ते अततुर्क यांचे दंतवैद्य

होते. त्याचबरोबर हेही खरंच होतं की आल्दोने होते नव्हते ते सगळे पैसे त्यासाठी खर्च केले होते. करांमुळे माझे वडील पूर्णपणे नागवले गेले होते. बर्लिन स्थानकावर जेव्हा आम्ही एकमेकांचा निरोप घेतला, तेव्हा आम्ही म्हटलं की, दोन आठवड्यांनंतर आपण बोस्फोरसचे दिवे एकत्र पाहू!

- ऐकून बरं वाटलं.
- आल्दोने मला सांगितलं होतं की, इस्तंबूलमधल्या विद्यापीठांशी त्याचा संपर्क सुरू होता आणि त्याला तिथे प्राध्यापक म्हणून घेतलं जाणार होतं. त्या काळात तुर्की विद्यापीठांमध्ये ज्यू प्राध्यापकांचं स्वागत होत असे. विशेषत: विज्ञानाच्या अवघड शाखांच्या अभ्यासकांचं.
- तर मग सगळं काही ठीक झालं का?
- खरं तर नाही... एका आठवड्यानंतर आम्ही इस्तंबूलला पोहोचलो. जर्मन फौजा झेकोस्लोव्हाकियाकडे कूच करत होत्या. हिटलर पोलंडवर हल्ला करण्याच्या तयारीत होता आणि युरोप आणि इस्तंबूल यांना जोडणारे सगळे रस्ते अचानक असुरक्षित झाले होते.
- मग मि. आल्दो इस्तंबूलला कसे पोहोचले?
- तीच तर खरी अडचण होती. आल्दो पोहोचूच शकला नाही.
- मग तुम्ही कसे भेटलात?
- आम्ही नाही भेटू शकलो.
- पण युद्ध तर पाच सर्वं चाललं.
- होय.
- मॅडम रोझेला! हे शक्य नाही.
- मुली, दुर्दैवाने हेच घडलं. आम्ही युद्ध संपेपर्यंत एकमेकांना भेटूच शकलो नाही.

७

- मॅडम रोझेला. मला आज तुम्हांला एक विचारायचंय.
- मलासुद्धा तुला काहीतरी विचारायचंय.
- ठीक आहे तर मग! आधी तुम्ही विचारा
- नको. आधी तू.
- बरं. माझ्या कुतूहलाबद्दल मला माफ करा. पण तुम्ही इस्तंबूलला गेल्यानंतर तुमच्या आईवडलांच्या बाबतीत काय घडलं?
- तुला काय वाटतं? काय झालं असेल?
- मला अंदाज करायलाही भीती वाटतेय.
- तू दुसऱ्या महायुद्धावर आधारलेले चित्रपट पाहिले नाहीस का कधी? विशेषत: राजकीय छळछावण्यांच्या पार्श्वभूमीवर चित्रित झालेले?
- बापरे! मॅडम रोझेला, मला माफ करा.
- जाऊ दे. जे घडलं, ते घडलं. त्यामुळे आपण आपली आजची मन:स्थिती नको बिघडू द्यायला. मी माझा प्रश्न विचारू का आता?
- विचारा की!
- तुझ्या वडलांची हॉटेलं आहेत, बरोबर?
- होय.
- म्हणजे तुमचं कुटुंब श्रीमंत आहे.
- हो, बऱ्यापैकी श्रीमंत.
- मग?
- मग काय?
- मग तुला आर्थिक अडचण असता कामा नये. इथे येऊन वृद्ध महिलेशी गप्पा मारण्याचे कष्ट तू का बरं घेत्येयस?
- प्रश्न चांगला आहे.
- तू एखाद्या राजकीय नेत्यासारखं बोलतेयस. जेव्हा एखादा राजकीय नेता 'प्रश्न चांगला आहे' असं म्हणतो, तेव्हा त्याला खरं तर

शिवी हासडून विचारायचं असतं, ''तुला जरा बरा प्रश्न सुचला नाही का?''

- होय. बरोबर आहे तुमचं.
- किती छान हसतेस तू!
- धन्यवाद!
- आणि किती छान गुलाबी रंग येतो गालांवर! तू नक्कीच पुरुषांना वेडं करत असणार.
- मॅडम रोझेला, पुरे...
- बरं, पण तुझं उत्तर?
- पहिलं म्हणजे तुमच्याशी गप्पा मारणं मला मुळीच त्रासदायक वाटत नाही. याबद्दल तुम्ही अगदी खातरी बाळगा. हे सगळं कंटाळवाणं असेल असा विचार अगदी सुरुवातीला आला होता माझ्या मनात. पण आता मी इथल्या भेटींची वाट पाहते.
- मला हे एकून खरंच खूप बरं वाटलं.
- दुसरं म्हणजे, माझं माझ्या वडलांशी फारसं पटत नाही. माझी आई सोडून गेल्यानंतर वडलांच्या आयुष्यात अनेक बायका आल्या आणि गेल्या. त्यांतल्या काहीजणींशी त्यांचा साखरपुडाही झाला. पण त्यातल्या एकीलाही माझ्याविषयी सहानुभूती नव्हती.
- का बरं?
- खरं तर मी त्यांना दोष देऊ शकत नाही. कारण मी कायमच एक भयंकर मूल होते. माझ्या आईने मला जे दुःख दिलं होतं, त्याचा सूड मी प्रत्येकावर उगवत होते. साहजिकच त्यामुळे माझ्या वडलांच्या आयुष्यावर फार वाईट परिणाम झाला. त्या सगळ्या बिचाऱ्या बायकांना माझ्याविषयीची नावड लपवण्यासाठी किती धडपड करावी लागत होती, याचं वर्णन करणं कठीण आहे. एका बाजूला माझ्या वडलांच्या संपत्तीचं आकर्षण आणि दुसऱ्या बाजूला त्यांच्या मुलीविषयीचा तिटकारा. त्या बायकांना विवेकशून्य वेडसरपणाने वागायला लावण्यासाठी मी काय काय केलं असेल याची तुम्ही कल्पनाही करू शकत नही.
- एखादं उदाहरण दे ना!

- सुरुवातीला मी छोट्या छोट्या अडचणी निर्माण करत असे. आणि मग हळूहळू त्यांचं प्रमाण वाढवत असे. उपाहारगृहामध्ये येणारे भीतीचे झटके, सुट्टीच्या दिवशी नैराश्यपूर्ण वागणं, स्वत:ला खोलीत कोंडून घेणं, मी आत्महत्येचे काही नाटकी प्रसंगही निर्माण केले.
- मला पाहायला आवडलं असतं हे सारं.
- मी पैजेवर सांगते, की नसतं आवडलं.
- पण आत्महत्येचं नाटक तू कसं करायचीस?
- माझ्या खास पद्धतीनं गोळ्या खाऊन. किती गोळ्या घेतल्या म्हणजे त्या पोटातून बाहेर काढण्यासाठी मला इस्पितळात न्यावं लागेल याचं गणित करण्याचं कौशल्य मी मिळवलं होतं. लवकरच त्या बायकांच्या नसा एवढ्या आक्रसून जात की माझ्या वडलांबरोबरचे त्यांचे संबंध नासून जायचे. त्यांच्या आखडलेल्या नसा आणि ताणलेले मूडस् यांचा माझ्या वडलांना त्रास होत असे. कंटाळा येत असे. त्यांचं मानसिक धैर्य उद्‌ध्वस्त करण्याचं माझं ईप्सित साध्य झाल्यावर मग मात्र मी शांतपणे सगळं बघत राही. जणू जिच्यामुळे हा सगळा त्रास झाला, ती मी नव्हेच.
- मी जर ह्यावर खा खो हसले, तर तुला राग येईल का?
- नाही. मला राग का यावा? ते सगळं आता मलासुद्धा विनोदीच वाटतं. अर्थात माझ्या वडलांच्या दृष्टीने ते गमतीदार नव्हतं.
- या सगळ्या वर्तनाबद्दल ते तुझ्याशी कधीच काही बोलले नाहीत का?
- त्यांनी काही वेळा मित्रत्वाने बोलण्याचे थोडेफार प्रयत्न केले. तुम्ही पाहिलं असेल, अमेरिकन मालिकांमधले वडील आणि मुली एकमेकांशी जसे बोलतात, तसं. पण माझं उद्दिष्ट स्पष्ट होतं आणि मी ते कधीच सोडलं नाही.
- आणि...
- आणि अखेरीस... मी इथे आहे.
- म्हणजे इथे पाठवून त्यांनी तुला हद्दपारच केलं म्हण ना!
- अगदी बरोबर. मि. आल्दो म्हणाले, तसं. सध्या माझे वडील त्यांच्या नव्या संबंधाबाबत गंभीर आहेत. एका खरोखरच सुंदर

स्त्रीबरोबरच्या संबंधांबाबत. ती एक माजी मॉडेल आहे. लांब, काळे, चमकदार केस. लांब पाय, उंच टाचांचे बूट... ती शर्यतीतल्या घोड्यासारखी आकर्षक दिसते.

– म्हणजे ते प्रेमात पडलेत.

– हो. ते तिच्यासाठी वेडे झालेत. म्हणून त्यांना भीती वाटत्येय की, मी पुन्हा सगळं बिघडवेन. म्हणून त्यांनी हा मार्ग शोधलाय. माझ्या शाळेचा डिप्लोमा हाती येण्यापूर्वीच या विद्यापीठात माझी जागा निश्चित करून ठेवलेली होती.

– तुझ्या मनात तुझ्या वडलांविषयी राग आहे का?

– मला कळत नाहीये... मला राग येत असे. मी खूप संतापत असे. जेव्हा जेव्हा मी माझ्या वडलांचे एखाद्या प्रसिद्ध सुंदरीला मिठीत घेतलेले फोटो मासिकांमध्ये पाहत असे, तेव्हा तेव्हा मला गलाता टॉवरवरून स्वत:ला फेकून द्यावंसं वाटत असे.

– गलाता टॉवर?...

– मी तो जवळून पाहिलेला नाही. पण तो नक्की आकर्षक असणार.

– आकर्षकच आहे तो, मॅडम. खूपच आकर्षक.

– मुली आणि स्वत:ला तिथून फेकून देण्याची कल्पनाही खूप आकर्षक आहे.

– खरंच? तुम्हीसुद्धा केलीय का अशी कल्पना कधी?

– आल्दोचं कुटुंब जेव्हा कुलेदिबीमध्ये बुयुक हान्देक रस्त्यावर राहत होतं, तेव्हा कधी कधी रात्रीच्या वेळी मी खिडकीतून त्या टॉवरकडे बघत असे आणि विचित्र कल्पना करत असे.

– पण तुम्ही त्या कधीच प्रत्यक्षात आणल्या नाहीत.

– खरंय. मी कधीही तेवढी धाडसी नव्हते. खरं तर आपण दोघीही. हेजारफेन अहमद सेलेबी सतराव्या शतकात इस्तंबूलमध्ये राहत असे. स्वत: शोध लावलेल्या विचित्र दिसणाऱ्या विमानसदृश यंत्रातून सुरक्षितपणे उडण्यात तो यशस्वी झाला होता. रॉकेटसदृश पंखा असलेल्या त्या यंत्रामधून तो गलाता टॉवरवरून उस्कदारपर्यंत उडत गेला होता. सुलतान मुराद (चतुर्थ) यांनी तोपकापी महालाच्या खालून सरायबुरनूमधून हे उड्डाण पाहून सेलेबींना

पारितोषिकही दिलं होतं. आपण हेजारफेन सेलेबीच्या अयशस्वी अनुकृती आहोत.

- बरोबर. आपल्याला पंख नाहीत.
- तू इस्तंबूलला क्वचितच जातेस का?
- काही महिन्यांच्या अंतराने. मी सहसा मैत्रिणीकडे राहते.
- आणि तुझ्या वडलांकडून पैसे घेत नाहीस...
- खरं तर मला घ्यायचे नसतात. पण काही वेळा मला पैशांची खरंच खूप गरज असते. किंवा माझ्यातला खादाड राक्षस जेव्हा किंचाळायला, कोकलायला लागतो, तेव्हा मागावे लागतात. पण त्यानंतर प्रत्येक वेळी मला काहीतरी अपवित्र, स्वत:चा आत्मा विकल्यासारखं वाटत राहतं. इथे मी नोकरी करावी असं माझ्या वडलांना वाटत नाही. मागे एकदा जेव्हा त्यांच्या गुप्तहेराकडून त्यांना कळलं की, मी रस्त्यावर इथली स्थानिक वृत्तपत्रं विकते, तेव्हा आमचं खूप मोठं भांडण झालं होतं. तेव्हापासून आम्ही एकमेकांशी बोलत नाही.
- हे केव्हा घडलं?
- मी तुम्हांला पहिल्यांदा भेटले, त्याच दिवशी.
- तू काम करण्याला त्यांचा एवढा विरोध का आहे?
- मला असं वाटतं की, त्यांचे कितीही दोष असले, तरी अजूनही त्यांच्यापाशी छोटंसंच का असेना, एक मन आहे. त्यांची सदसद्विवेकबुद्धी मात्र बिघडली असावी. त्यांना माहीत आहे की, स्वत:ला आयुष्याचा उपभोग घेता यावा म्हणून आपण आपल्या एकुलत्या एक मुलीला या थंड आणि नीरस शहरात पाठवलं आहे. त्या टोचणीमुळे असेल कदाचित, माझ्या गरजा पूर्ण करण्यासाठी ते पैशांचा भरपूर पुरवठा करत असतात. पण मला पैसे मिळवायचे आहेत आणि त्यांच्याशी मला बांधून ठेवणाऱ्या या एकमेव गोष्टीतूनही मुक्त व्हायचंय.
- ...
- ...
- ...

- मला माफ करा, मॅडम रोझेला. मला खरंच वाईट वाटतंय.
- काही हरकत नाही. खरंच काही हरकत नाही.
- तुमचा विश्वास बसणार नाही कदाचित; पण जेव्हा जेव्हा मला रडू कोसळतं, तेव्हा तेव्हा मला स्वत:चा खूप तिरस्कार वाटतो.
- तू रडून घे बेटा! तुला जितकं रडून घ्यावंसं वाटत असेल तितकं रडू शकतेस तू ह्या घरात. जगण्यासाठी आपल्याला अश्रूंचीही गरज असतेच ना!
- मी त्यातला एक टिश्यू पेपर घेऊ का?
- हो, घे की! झेल्दा!
- देवा! मला कसंतरीच वाटतंय. मी वेड्यासारखी रडतेय.
- हो, ठीक आहे! आता शांत हो बरं!
- हा! तुम्ही थोरच आहात, रोझेला मॅडम. वेळेचं अचूक भान आहे तुम्हाला.
- मला सांग बरं त्याविषयी. झेल्दा! झेल्दा, हिच्यासाठी ग्लासभर आपलं ते क्रॅम द मँथ आणशील का? आणि माझ्यासाठीही आण.
- झेल्दाला टर्किश येतं?
- ती कधीच बोलत नसल्यामुळे मला नक्की सांगता येणार नाही. तिला टर्किश येत नसावी बहुधा. पण माझे हावभाव आणि चेहेऱ्यावरचे भाव बघून मी काय म्हणत्येय ते तिला उमजत असावं. आल्दो आणि मी अधिकतर टर्किशच बोलत असू. त्यामुळेही कदाचित ती थोडं शिकली असावी.
- तिला कठीणच गेलं असेल.
- खरंच मुली! जर्मन ज्यूंकरता तुर्की शिकणं ही काही सोपी गोष्ट नाही.
- मग तुम्ही कसं काय साधलंत?
- साधावंच लागलं. मी अचानक आमच्या सेफर्डिक नातेवाइकांसोबत राहू लागले. त्यांना जर्मन भाषेतला एकही शब्द माहीत नव्हता. त्या सर्वांना फ्रेंच येत असे खरं तर, पण आल्दोने मला थोडी थोडी टर्किश शिकवली होती आणि मलाही ती सुधारायची होती. या

एका गोष्टीव्यतिरिक्त मला गुंतून राहायला दुसरं काही कामही नव्हतं तिथे. लवकरच माझं रूपांतर जणू नुकतंच अंड्यातून बाहेर आलेल्या घुबडाच्या पिलात झालं. मी सतत कादंबऱ्या वाचत असे. रेडिओवर युद्धाच्या बातम्या ऐकत असे आणि आपल्या नवऱ्याच्या पत्रांची वाट पाहत राही.

- त्यांच्या नातेवाइकांना तुम्ही आवडत होतात का?
- ती सगळी खूप चांगली माणसं होती. मला वाटतं सुरुवातीला त्यांना मी थोडी शिष्ट वाटले असेन. त्यांनी तसं कधी बोलून दाखवलं नाही. पण मला त्यांची अस्वस्थता जाणवत होती. आपण जेव्हा एखाद्या नव्या देशात जातो, तेव्हा स्वसंरक्षणाच्या पावित्र्यात असतो आणि आपले सगळे अँटिना म्हणजे आपली ज्ञानेंद्रियं अपरिहार्यपणे जागृत होऊन अगदी बारीकसारीक तपशील, सूक्ष्म कंपनंदेखील टिपत असतात.
- होय मला चांगलंच माहीत आहे.
- मी इस्तंबूललामध्ये आल्यानंतर थोड्याच दिवसांत आमचं कुटुंब बुयुकदामधल्या आमच्या उन्हाळी घरात राहायला गेलं. मला अजून आठवतंय. आमची नाव जेव्हा धक्क्याला लागत होती, त्या वेळी पाइन वृक्षांनी आच्छादलेलं ते बेट मला खूपच आवडलं होतं. काचेची सरकती तावदानं असलेल्या खिडक्यांचं, चमेलीच्या सुगंधाने भरलेलं लाकडाचं घर माझी वाट पाहत होतं. जवळच्या रस्त्यावरून जाणाऱ्या घोडागाड्या, द्राक्षवेलींच्या कमानी असलेल्या पायवाटा, हायड्रेन्जिया आणि हाइसिंथ यांसारख्या सुगंधी फुलझाडांनी सुशोभित केलेल्या बागेच्या पायऱ्या...
- किती छान...
- दोन बैठकीच्या खोल्या, एक मोठी, एक लहान. एक जेवणघर आणि एक स्वयंपाकघर... लाकडी जमिनीवर पसरलेलं जाड लोकरी जाजम. भिंतीशी लाकडी पलंग. बर्फासारखे शुभ्र अभ्रे घातलेल्या उश्या, सगळं काही माझ्या आठवणीत अगदी स्पष्ट आहे. कालच घडल्यासारखं.
- मॅडम रोझेला, तुम्ही सगळ्या गोष्टी किती छान रंगवून सांगता!

- आणि मग फेरीवाल्यांचे हाकारे. मधासारखी गोड खरबुजं. पिवळं चीज, फळभाज्यांचे रस, लुसलुशीत केक्स आणि चीज घालून केलेली बोयिको, माझ्या सासूबाई बनवत...
- बोयिको?
- होय. चीज घालून केलेला केक. मिरे आणि सारखेची चव असते त्याला.
- छानच असेल हा पदार्थ.
- तुला खायचा असेल, तर पुढच्या आठवड्यात तू येशील त्या वेळी झेल्दा बनवेल.
- मी नाही म्हणणार नाही.
- आणि तू नाही म्हणताच कामा नये. माझ्या मते तुला खाणं कमी करण्याची गरज नाही. उलट तू थोडंसं वजन वाढवलंस, तर बरं.
- हं.
- जर पुन्हा आपल्या विषयाकडे वळायचं तर उत्तरेच्या देशातली एक तरुण बाई म्हणून मला त्या सगळ्या मध्यसमुद्री प्रदेशातल्या लोकांमध्ये परकं वाटत असे. पण मला असंही जाणवत होतं की, त्यांना मनातून माझं कौतुक वाटत होतं. लेक कोमो ला नेयव्हे असं ते माझं वर्णन करत असत.
- म्हणजे?
- बर्फासारखी शुभ्र
- अरे वा!
- माझे तपकिरी केस. चमकदार निळे डोळे आणि गोरीपान कांती पुरुष आणि स्त्रिया दोहोंनाही आकर्षित करत असे. ते आल्दोचा हेवाही करत असत.
- त्याद्दल मी त्यांना दोष नाही देऊ शकत.
- आणि आपलं क्रॅम द मँथ आलेलं आहे. मला खातरी आहे की पुदिन्याच्या स्वादाच्या या मद्याची चव तू यापूर्वी अनुभवली नसणार.
- अगदी खरंय! धन्यवाद, झेल्दा!

- त्या काही वर्षांमध्ये टर्कीमध्येही ज्यूंचं जीवन फारसं आनंदी नव्हतं. ते नाझींच्या तावडीत सापडले नव्हते हे जरी खरं असलं, तरी एक अनैसर्गिक गूढ फास भोवती आवळत असल्याची जाणीव त्यांना होत होती. जर्मनीइतकी तीव्र नसली, तरी 'ज्यू' हा शब्द समाजाच्या मनात नकारात्मक भावना निर्माण करत होता.
- पण का? कशामुळे?
- त्याला पुष्कळ कारणं होती. अगदी पहिलं म्हणजे प्रत्येकाने गृहीत धरलं होतं की सगळे ज्यू श्रीमंत आहेत. लोकांना वाटत असे की, ज्यू लष्करी सेवा करत नाहीत. कितीतरी टर्कीश तरुण युद्धात मरण पावलेत आणि हे मात्र श्रीमंत बनले आहेत. आणि त्याच वेळी ज्यूंना असं वाटे की, त्यांचा संबंध पश्चिमेकडच्या जगाशी आहे आणि टर्कीमध्ये जणू ते पाहुणे आहेत. ते आपल्याच छोट्या वर्तुळात जगत आणि इतरांसमोर आपापसात फ्रेंच बोलत असत. उदाहरणच द्यायचं झालं, तर आम्ही बोटीने बेटावर जात होतो, त्या वेळी मुस्लीम लोकांना पाहून त्यांच्या मनातला... उफाळून आला होता.
- उफाळून आला होता? काय?
- मला शब्द सापडत नाहीये.
- शत्रुत्व? वैर?
- नाही तेवढं नाही.
- प्रतिक्रिया?
- नाही.
- पूर्वग्रह?
- हो. बरोबर. पूर्वग्रह... जाऊ दे. त्या कंटाळवाण्या आठवणी आहेत.
- मला वाटतं की मी खरंच खूप अडाणी आहे.
- नाही ग. तू खूपच लहान आहेस.
- पुढे सांगा ना.
- मला भीती वाटते की, तू कंटाळशील.
- आणि जर मी कंटाळले, तर काय होईल?

- काहीच नाही.
- काहीच नाही?
- कदाचित तू मला भेटायला परत कधीही इथे येणार नाहीस.
- आणि?
- तू इथे असणार नाहीस.
- ...
- आणि मी पुन्हा एकाकी होईन.
- कहीतरीच काय, मॅडम रोझेला!
- हे बघ... ह्या जगात तू एकटीच रडूबाई नाहीयेस.
- तुमचे हात थंडगार आहेत. तुम्हांला थंडी वाजतेय का?
- थोडीशी... मला वाटतं की, मी थकलेय. आपली आजची भेट इथेच संपली तर चालेल का? तुला खटकणार तर नाही ना?
- मुळीच नाही. पण मी इथेच थांबू शकते का थोडा वेळ? आपण जरी गप्पा सुरू ठेवल्या नाहीत तरी?
- अर्थातच. तुला हवा तितका वेळ थांब. आपण हवं तर संगीत ऐकू शकतो. तुला कोणतं संगीत आवडतं?
- मी ह्या प्रश्नाचं उत्तर नाही दिलं तरच बरं.
- दुर्दैवाने आपल्याकडे प्लसिबोच्या ध्वनिमुद्रिका नाहीयेत.
- अरे! हे नाव तुम्हांला माझ्या टीशर्टवरून कळलं का?
- होय. खूप छान आहे ती.
- हा! हा! हा!
- काय झालं?
- मॅडम रोझेला, ती बाई नाहीये. तो एक बँडमधला गायक आहे. ब्रायन मोल्को.
- बघितलंस! मला म्हातारचळच लागलाय आता.
- खरं सांगू का? तुमचं हसणंच तुम्हांला आकर्षक बनवतं.
- धन्यवाद. पण मला भीती वाटतेय की त्या टीशर्टमध्ये तुला थंडी वाजेल.
- नाही. घर चांगलं उबदार आहे.
- एमे वू ब्राहम्स ? तुम्हाला ब्राहम्स आवडतात का?

- दुर्दैवाने त्या बाबतीतही मी अडाणी आहे.
- तसं असेल तर, तुला ब्राहम्सची माहिती करून देणं हा मी माझा गौरव मानते. बघू मला ध्वनिमुद्रिका सापडते का... कोणत्या खणात होती बरं?
- आणि मी कधीतरी प्लसिबो आणि शबनम फराह यांच्याशी तुमची ओळख करून देईन.
- मी वाट बघेन. आई गं! अशा तऱ्हेने वाकलं की माझी कंबर दुखायला लागते.
- मी मदत करू का तुम्हांला?
- नाही. गरज नाही. कारण मला ती सापडलीय. आणि हो! जो माणूस सगळीकडे तुझा पाठलाग करतो, त्याच्याविषयी तू मला सांगणार होतीस.
- होय. खरंच! पण पहा ना. तो माणूस कसलीही खूण न ठेवता अचानक गायबच झाला.
- काय?
- म्हणजे मला असं म्हणायचंय की, आपण पूर्णपणे त्याला विसरून गेलो.
- जरा बघून घेऊ! अरेरे! तो त्या बागेच्या कुंपणाच्या भिंतीवर बसलाय आणि पावसात कुडकुडतोय.
- तो ना, हलवाई आहे.
- हलवाई?
- होय... हॉटेल दे-ला-पिक्समध्ये केकच्या दुकानात काम करतो.
- तुला कसं कळलं?
- काल दुपारी जेव्हा वसतिगृहाच्या वाटेवर त्याने माझा पाठलाग केला, तेव्हा मी इमारतीत शिरल्याचं नाटक केलं आणि एका कोपऱ्यात लपून राहिले. आणि मग मी त्याचा पाठलाग केला.
- खरंच! बाप रे! तू भयंकर आहेस.
- तुम्हांला माहीत आहे का? मी जर ठरवलं, तर त्या मूर्खापेक्षा हजार पटींनी चांगली गुप्तहेर होऊ शकते. हॉटेलमध्ये पोहोचेपर्यंत त्याला माझी जाणीवही झाली नाही. तो केकच्या दुकानात गेला

आणि पांढरा एप्रन घालून काऊंटरवर आपल्या जागी बसला. मी माझ्या कोटाची टोपी डोक्यावर ओढली आणि दुकानात शिरले. तो त्याच्या बॉसशी बोलत होता, त्या वेळी मला त्याचं नावंही कळलं.

- काय नाव आहे त्याचं?
- सर्किस. सर्किस, एक हलवाई. मजेदार वाटतं ना?
- मग पुढे? त्याने तुला पाहिलंच नाही?
- मी माझी टोपी पुढे ओढून त्याच्या अगदी समोर उभी राहिले आणि दोन क्रोसॉं मागितले. मला त्या क्षणी त्या मूर्खाचा फोटो घेता आला असता आणि तुम्हांला दाखवता आला असता, तर मजा वाटली असती. तो खलासच झाला. मग मी क्रोसाँ घेतले आणि विजयी मुद्रेने वसतिगृहात परत आले.
- मुली! खरंच तू एक मस्त गोष्ट आज शेवट करण्यासाठी राखून ठेवलीस. मानलं तुला. आपली आजची भेट ही अशाच एखाद्या गमतीदार गोष्टीने संपणं आवश्यक होतं.
- अगदी खरं आहे.

८

- मुली! तुझी खूप आठवण आली आम्हाला.
- माफ करा. गेल्या आठवड्यात नाही येऊ शकले. मला खूपच सर्दी झाली होती. ते सगळं त्या सर्किसमुळे झालं.
- कसं काय?
- तुम्हांला माहीतच आहे. आपण मागच्या वेळी भेटलो, त्यानंतर त्याने परत माझा पाठलाग केला. मला त्याच्या बाबतीत एक दुष्ट योजना पार पाडायची होती. त्याचं माझ्यावरचं लक्ष भरकटावं यासाठी त्याची नजर चुकवून मी एका अरुंद बोळात शिरले. पण त्या गोधळात डावीकडे, उजवीकडे वळताना मीच रस्ता चुकले आणि जोराचा पाऊस आला. वसतिगृहात पोहोचेपर्यंत मी भिजून

चिंब झाले होते. लगेच अंथरुणात शिरून मी हुडहुडी जाईपर्यंत तशीच पडून राहिले. मॅडम रोझेला, तुम्ही मला अगदी लाजवलंत. खरंच धन्यवाद.

- अगं, त्यात काय एवढं? ते काही महत्त्वाचं नाही.
- खरंच पण! ती औषधं, फळं.
- त्यात बोलण्यासारखं काहीच नाही.
- अर्थातच बोलण्यासारखं आहे! आणि ते बिस्किट फार छान होतं. बोयिको ना? झेल्दाच्या पाककौशल्याचं कौतुक केलं पाहिजे.
- तुला आवडलं ना? आम्ही जे काही पाठवलं, ते सगळं तुला मिळालं. शिवाय तुला आता बरं वाटतंय हेच सगळ्यात महत्त्वाचं आहे. तुझी ती बेल्जियन मैत्रीण काय म्हणतेय? अजूनही तिला खोली बदलायची आहे का?
- काही विचारू नका. ती प्रेमात पडलीय. एका तरुणासोबत ती बाहेर जात असते. सध्या ती खोलीवर येतही नाही. बहुधा त्या तरुणाच्या घरी राहत असण्याची शक्यता आहे.
- म्हणजे तू अगदी एकटीच आहेस तर!
- असू दे! तेच बरं आहे. अख्खी खोली माझ्या एकटीकरता आहे आणि खरं तर मला एकटेपणा आवडतो.
- खरंय. एकटेपणा चांगला असतो. पण अर्थात जर आपल्याला तो कधीही संपवता येण्यासारखा असेल, तर.
- मॅडम रोझेला, मी अगदी एकाकी पडल्यासारखी दिसतेय का?
- मला तसं म्हणायचं नव्हतं.
- मला जर हवं असलं, तर मी लगेचच कोणीतरी माझ्या सोबत राहणारी व्यक्ती शोधू शकते.
- मला खातरी आहे त्याविषयी. बरं तुझ्या चाहत्यांचं काय? उदाहरणादाखल तो ग्रीक तरुण?
- तो ग्रीक... हो... हं... कालच अखेर त्याने धैर्य गोळा केलं आणि सुचवलं की आपण फिरायला जाऊ या. मी त्याला सांगितलं की, जर त्याची इच्छा असेल, तर आपण स्मशानभूमीत फिरायला जाऊ.

- काय म्हणालीस? कुठे?
- मी यापूर्वी तुम्हाला कधी सांगितलं नाही का? मी नेहमीच स्मशानभूमीत जात असते. मला जिवंत माणसांपेक्षा मृतांच्या सहवासात निवांत वाटतं.
- खरंच?
- इस्तंबूलमध्ये असताना जेव्हा जेव्हा मला कसला त्रास होई, तेव्हा तेव्हा मी एशियन किंवा काराचा एहमत स्मशानभूमीत किंवा सिसलीमधल्या अमेरिकन स्मशानभूमीत जात असे.
- पण स्मशानभूमीत जाऊन तू करतेस काय?
- काही नाही. मी एका कोपऱ्यात बसते आणि विचारांत बुडून जाते. स्मशानभूमीत आपल्याला पुन्हा पुन्हा जाणीव होते की सगळं काही क्षुद्र आणि तात्पुरतं आहे.
- तुझं बरोबर आहे.
- अरे देवा! किती मूर्ख आहे मी!
- का? काय झालं?
- मी परत तुम्हांला त्याच विषयापाशी आणलं.
- नाही मुली, अजिबात नाही. मी आठवत होते की मृत्यूविषयी असं काही आहे का ज्याचा अजून मी विचार केलेला नाही. मृत्यूबरोबर माझा इतक्या वेळा संबंध आलाय, की तो जीवनाचा एक भागच बनून राहिलाय. जेव्हा तू विषय काढलास, तेव्हा मला वाटलं की तू माझ्या एका मित्राविषयी बोलतेयस.
- मॅडम रोझेला, तुमच्याशी बोलणं सोपं नाहीये.
- मी भावुक, हळवी आहे म्हणून का?
- नाही, तुमच्या भूतकाळामुळे! तुमचं आयुष्य इतक्या अवघड परिस्थितीतून गेलंय, की मी तक्रार करत असलेले माझे प्रश्न मला बिनमहत्त्वाचे वाटतात.
- याच्याशी मी सहमत नाहीये.
- ज्या व्यक्तीने हिटलरचा काळ पाहिलाय आणि जिला आपल्या नवऱ्यापासून पाच वर्षं दूर राहावं लागलं, तिच्या दृष्टीने माझं सर्वसामान्य आयुष्य कितपत अर्थपूर्ण असणार?

- प्रिय पेलीन, आयुष्याची अद्भुतता कदाचित आपण कसे जगतो ह्यात नसून आपण त्याविषयी कसं सांगतो यात असण्याची शक्यता आहे. अशी काही आयुष्यं आहेत की, ज्यात एक साधं पानही हललं नाही; पण गोष्ट सांगणाऱ्याच्या कौशल्यामुळे त्यांच्या उत्कृष्ट कथा झाल्या.
- पण तुमचं आयुष्य तर खूपच...
- खूपच काय?
- काय आहे की, या वेळी मला योग्य शब्द सापडत नाहीये.
- खूप दीर्घ?
- नाही.
- मग दुःखी?
- नाही.
- कंटाळवाणं?
- मुळीच नाही.
- मग आहे तरी कसं ते?
- कदाचित भरगच्च... म्हणजे मला असं म्हणायचंय की, तुमचं आयुष्य इतिहास आणि योगायोग यांनी पुरेपूर भरलेलं आहे.
- ठीक. त्याबाबतीत मी काही नम्र वगैरे होणार नाहीये. शिवाय माझ्या आयुष्यातल्या सर्वाधिक विलक्षण घटना तर तू अजून ऐकल्याच नाहीयेत.
- मी प्रचंड अधीर झालेय त्या ऐकण्यासाठी.
- पण आज तुझी पाळी आहे.
- अरेरे! नाही हं मॅडम रोझेला!
- मी गंभीरपणे बोलतेय. करार म्हणजे करार. मग तू त्या ग्रीक तरुणासोबत गेली होतीस का स्मशानभूमीत?
- ते मी तुम्हांला सांगितलंच पाहिजे का?
- अर्थातच नाही. तसंच, जसं तुला माझी उरलेली गोष्टही ऐकता येणार नाही.
- तुम्ही अतिशय हट्टी आहात... पण तुम्हांला याची किंमत मोजावी लागेल बरं!

- म्हणजे तू पैसे वाढवून मागणार आहेस का?
- नाही. पण मला आणखी थोडे बोयिकोज हवे आहेत. मी आजारी असताना तुम्ही वसतिगृहात पाठवले होते, तसे.
- अगदी नक्की. आणि मला खातरी आहे की, ते तयार करताना झेल्दाला आनंदच होईल.
- बरं. स्मशानभूमीचं सांगायचं, तर आम्ही तिथे गेलो. खरं तर मला असं वाटलं होतं की, मी वेडसर आहे असं वाटून त्याचं मन बदलेल. पण त्याऐवजी तिथे त्याने माझं चुंबन घेण्याचा प्रयत्न केला.
- तिथे? स्मशानभूमीत?
- होय. मला वाटतं ओल्या मातीचा सुगंध, झाडांतून ठिबकणारे पावसाच्या पाण्याचे थेंब आणि असं हे सगळं तिथलं वातावरण यामुळे दिमित्रीवर कामदेवतेची हरित मोहिनी पडली असावी किंवा कदाचित त्याला असंही वाटलं असेल की, आम्हांला प्रेम करताना कोणाचा त्रास नको म्हणून मी स्मशानभूमीचं सुचवलं असावं.
- तुला ते आवडलं नाही का? त्याने चुंबन घेणं?
- खरं सांगायचं तर सुरुवातीला आवडलं. त्याला चुंबन चांगलं घेता येतं. त्याचा वास चांगला आहे आणि ओठही सुंदर आहेत. पण जेव्हा त्याने मला त्या ओलसर जमिनीवर ढकललं, तेव्हा माझा संयम सुटला. मी त्याच्या पोटात माझा गुडघा हाणला.
- बापरे! मला भीती होतीच तू असं काहीतरी केलं असशील.
- पण त्याला दुखापत झाली, तरी त्याने प्रयत्न सोडला नाही. तो असंही म्हणाला की, त्याच्या मनातलं माझं कौतुक या गोष्टीमुळे दुणावलं. आणि असंही म्हणाला की, माझ्या कठोर वागण्यामुळेच मी अधिक मोहक वाटते.
- मग तू काय केलंस?
- मी त्याला सांगितलं की, जर त्याने आग्रह सोडला नाही, तर दुसरा वार थेट त्याच्या लिंगावर होईल.
- मुली! अग! कमाल झाली तुझी! तो घाबरला मग?
- तो म्हणाला की, त्याचं माझ्यावर प्रेम आहे.

- मग तू काय उत्तर दिलंस?
- मी त्याला म्हटलं की, वायफळ बडबड बंद कर.
- दिमित्रीच्या प्रेमावर तुझा विश्वास नाहीये का?
- मॅडम रोझेला, प्रामाणिकपणे सांगायचं, तर माझा जगातल्या कोणाच्याही प्रेमावर विश्वास नाहीये.
- पण का?
- कारण मला असं वाटतं की, प्रेमाविषयीचं सगळं बोलणं ही मानवजातीची सगळ्यात मोठी लबाडी आहे.
- तू असा विचार करतेस?
- मला असं वाटतं की, प्रेम हा संभोगाकडे लवकरात लवकर पोहोचता यावं म्हणून तयार केलेला घृणास्पद असा जवळचा मार्ग आहे. म्हणूनच खूपसे अल्बम्स खपतात आणि जास्तीत जास्त लोक सिनेमे पाहतात आणि हेच ईप्सित साध्य करण्यासाठी गेली हजारो वर्षं लेखक आणि कवी लिहितायत आणि आपण मूर्खासारखं ते खरेदी करतोय. कारण हे सगळं खरं आहे असं ते आपल्याला भासवतात. खरं तर लोकांनाही हे माहीत आहे की, ही एक क्षुद्र युक्ती आहे. पण त्यांना ते स्वत:जवळ कबूल करवत नाही. मानवजातीचा हा दुबळेपणा माझं डोकं फिरवतो. जर एखाद्या माणसाने मला सांगितलं की, त्याला माझ्यात रस आहे, कारण त्याला माझ्यासोबत झोपायचंय; तर विश्वास ठेवा, मला त्याच्याविषयी जास्त आदर वाटेल. पण जेव्हा 'माझं तुझ्यावर प्रेम आहे' हे मूर्ख वाक्य येतं, तेव्हा मला ते सगळं सवंग वाटतं. एवढंच नव्हे तर मला त्यांना जखमी करावंसं वाटतं. कारण ते माझ्या बुद्धिमत्तेला कमी लेखतात.
- खरंच का?
- मी फारच भडकले का?
- तू हे सगळं इतक्या तीव्रतेने आणि कळकळीने बोलत होतीस, की त्यामुळे मलासुद्धा तुझं म्हणणं बरोबर वाटायला लागलं.
- मला वाटतं की मी बरोबर आहे, मॅडम रोझेला!
- असशीलही कदाचित.

- तुम्हांला हे मान्य नाही का?
- मला मान्य असणं किंवा नसणं हे महत्त्वाचं आहे का?
- अर्थातच! या शहरात माझ्यासाठी तुम्हीच एकट्या...
- एकट्या काय?
- म्हणजे मला असं म्हणायचंय की, तुम्हीच एक अशी व्यक्ती आहात जिच्याशी मी याविषयी बोलू शकते.
- आणि इतरांचं काय?
- इतर?
- इवान आणि तो जर्मन मनुष्य... काय नाव त्याचं?
- त्याचं नाव... अं...अं क्लॉस पीटर.
- जेव्हा बरेच चाहते असतात, तेव्हा नावं लक्षात ठेवणं अवघडच होत असावं, नाही? याही पुरुषांनी तुझ्याविषयी अशाच भावना व्यक्त केल्या का?
- अर्थातच!
- पण मला असं वाटतं की, तुला पुरुष आवडतात.
- मी असं कधीच म्हटलं नाही.
- मला आठवतंय त्याप्रमाणे तू म्हटलं होतंस.
- ते प्रामाणिक असले आणि त्यांनी मोकळेपणाने त्यांच्या मनात काय आहे ते सांगितलं, तर मला ते आवडतात, मॅडम रोझेला!
- यावर आता काय बोलणार?
- पण मला असं वाटतं की, तुम्हांला माझं म्हणणं पटलेलं नाही.
- पण मला का पटू नये?
- मला माहीत नाही... मला असं वाटतंय की, माझा दृष्टिकोन तुम्हांला मान्य नाही. पण तरी मला अपमानकारक वाटू नये यासाठी तुम्ही काही बोलत नाही आहात.
- खरं सांगायचं, तर उरलेल्या गोष्टीविषयीच्या कुतूहलात मी बुडालेय.
- त्यानंतर आम्ही हॉटेलमध्ये गेलो आणि प्रेम केलं.
- खरंच?
- पाहा! तुमचा माझ्यावर विश्वासच नाहीये.
- तुम्ही खरंच हॉटेलात गेलात?

- अर्थातच नाही.
- मग तुम्ही काय केलंत?
- आम्ही काय करू शकत होतो? एकमेकांशी एकही शब्द न बोलता चालत चालत आम्ही मुलींच्या वसतिगृहापर्यंत आलो आणि आमच्या वाटा वेगळ्या झाल्या. मला नाही वाटत यानंतर माझं तोंडही पाहण्याची इच्छा त्याला होईल.
- त्यामुळे तुला अस्वस्थ वाटेल?
- मला नाही माहीत... खरं तर मला तसं काही वाटणार नाही. मला वाटतं, म्हणजे मला जर हवी असती तर त्याच्या प्रेमाविषयी माहिती देणारा एखादा हिकमती मनुष्य मला मिळाला असता. विद्यापीठात असा एखादा सहज मिळेल.
- सर्किस कसा वाटतो?
- कोण? तो हलवाई?
- होय. तोही तुझ्या प्रेमात असू शकेल का?
- काय हे मॅडम रोझेला?
- का नाही? तो गरीब मुलगा रोजच्या रोज आपलं काम सोडून तासन्तास तुझा पाठलाग करत असतो. त्याच्या जागी स्वत:ला ठेवून पाहा की.
- मॅडम रोझेला! तुम्हांला खरंच ही गंमत वाटतेय का?
- बरं! आता मी तोंड बंद ठेवते.
- कारण आता तुमची पाळी आहे.
- हो का?
- तर तुम्ही इस्तंबूलला गेलात आणि टर्किश शिकत होतात, मिस्टर आल्दोंचे नातेवाईक तुम्हाला जरासे घाबरत असत.
- हो खरंच! 'घाबरत' असं नाही म्हणता येणार, पण त्यांच्या स्वाधीन केलेल्या या परदेशी सुनेशी नेमकं कसं वागावं हे त्यांना समजत नव्हतं. त्यामुळे त्यांना संकोच वाटत असावा.
- हं. तुम्ही तसंही म्हणू शकता.
- आल्दोच्या आईनं त्या दिवसात मला कधीच एकटं राहू दिलं नाही. बुयुकदामध्ये मला उपरं, अस्वस्थ वाटू नये यासाठी तिने खूप

काळजी घेतली. बुयुकदाला ज्यूंचं बेट म्हणत असत. असं म्हणताना त्या बेटावर राहणाऱ्या मोझेसच्या वंशजांविषयीची वाढत चाललेली अढीच व्यक्त होत असे. कदाचित मी परदेशी असल्यामुळे असेल, मला ज्यू आणि मुस्लीम यांच्यातली दरी जाणवत असे आणि स्वाभाविकपणे माझ्या जर्मनीतल्या कटू अनुभवांमुळे मला ते फारसं चांगलं लक्षण वाटत नसे.

- काल मी इंटरनेटवर शोध घेतला, त्या वेळी संपत्ती कराविषयी वाचलं. मला वाटतं, तुम्ही इस्तंबूलमध्ये होतात त्याच काळात तो सुरू झाला होता.
- होय, झाला होता. पण गोष्टीच्या या टप्प्यावर आपण अजून युद्धाच्या सुरुवातीच्या कालखंडातच आहोत. बुयुकदोश बेटावर अंतोलिया क्लबमध्ये आल्दोच्या बहिणींशी गप्पा मारत, तान्याचं पालनपोषण करत, वेळ असेल तेव्हा समुद्रावर पोहायला जात आम्ही दिवस घालवत असू. आमच्या जवळपास सगळ्या नातेवाइकांना मी आवडत असे. फक्त एक जण, आल्दोची चुलत बहीण जॅकलीन माझा तिरस्कार करत असे.
- खरंच?
- होय.
- म्हणजे नेमकं काय करत असे ती? उदाहरणादाखल?
- तसं विशेष काही नाही. पण जेव्हा जेव्हा आम्ही भेटत असू, तेव्हा तेव्हा ती काहीसे त्रासदायक असे शेरे मारत असे आणि आल्दोशी माझं लग्न झाल्यामुळे कुटुंबाचं दुर्दैव सुरू झाल्याचं सुचवत असे.
- का बरं असं? तिला असं वाटत होतं का की आल्दोंशी तुमच्याऐवजी तिचं लग्न होऊ शकलं असतं?
- कुटुंबात सगळ्यांनाच बहुधा हे माहीत असावं की आल्दोशी लग्न करणं हे जॅकलीनचं सर्वांत मोठं स्वप्न होतं. एकदा कधीतरी लिनेटने ते गुपित फोडल्यामुळे मला ते समजलं. आल्दो बर्लिनमधलं शिक्षण संपवून मायदेशी परत येईल म्हणून जॅकलीननं अनेक वर्षं धीरानं वाट पाहिली होती. पण आल्दो स्वत: तर

आला नाहीच; उलट एका गोऱ्या, सोनेरी केसांच्या बाईसोबत आपले फोटो त्याने पाठवले. तेव्हा ती बिचारी मुलगी आजारी पडली. तिला खूप दिवस जोराचा ताप येत होता. त्यातही वाईट म्हणजे तिच्या तीव्र दुःखामुळे ती कुटुंबापासून वेगळी पडली. जेव्हा जेव्हा जेवताना मला ती उद्धट उत्तर देत असे किंवा एखाद्या विषयावरून मला कठोरपणे खोडून काढत असे, तेव्हा तेव्हा बाकीचे सारे लोक अस्वस्थ होत असत. पण कोणी काही बोलत नसे. प्रामाणिकपणे सांगायचं, तर बुयुकदामधलं माझं अस्तित्व हा तिच्यासाठी छळच होता. मी असंही म्हणेन की; तिने जरी एकही नाझी पाहिला नव्हता, तरी त्या युद्धाच्या काळात विलक्षण त्रास सहन केलेल्या ज्यूंपैकी तीही एक होती.

- मिस्टर आल्दोंना हे माहीत होतं का?
- मला नाही वाटत त्याला माहीत असेल... माझा मनस्वी आल्दो स्वतःच्या कामात इतका बुडून गेलेला असे, की एखाद्या स्त्रीच्या मनात चाललेल्या वादळांचं भान त्याला असणं शक्यच नव्हतं. शिवाय त्याच्या दृष्टीने जॅकलीन ही घरच्या इतर माणसांपैकीच होती. एक तरुण, सुस्वभावी मुलगी. मला जितपत ठाऊक आहे, त्यानुसार त्याला ती आवडत असे आणि तो तिची काळजी करत असे. ती आमच्या लग्नाला आली नाही याचं त्याला खूप वाईटही वाटलं होतं.
- खरोखरंच कठीण प्रसंग.
- मला कधीही जॅकलीनचा राग आला नाही. मी कायम तिला समजून घेण्याचा प्रयत्न केला. अगदी तिने माझं जीवन उद्ध्वस्त करण्याचा प्रयत्न केला, तेव्हाही.
- उद्ध्वस्त करण्याचा? ... धन्यवाद झेल्दा! हे क्रॅम द मँथ खरंच खूप चवदार आहे.
- प्रिय झेल्दा! माझा पेला जरा टेबलावर ठेवशील का? मला आत्ता प्यावंसं वाटत नाहीये. पण कदाचित नंतर मी घेईन. तर मी काय सांगत होते?
- जॅकलीन... तिला तुमचं जीवन उद्ध्वस्त करायचं होतं...

- त्या वेळी मला बुयुकदामध्ये विलक्षण कंटाळा आला होता. शिवाय मला पैसेही हवे होते. आम्हाला बर्लिनमधून सुरक्षितपणे बाहेर पडता यावं यासाठी आमच्याजवळ असलेले सगळे पैसे आल्दोने जर्मन अधिकाऱ्यांना दिले होते. आणि इस्तंबूलमधले आमचे नातेवाईक काही खूप श्रीमंत नव्हते. युद्ध संपेपर्यंत त्यांच्या जिवावर ओझं बनून राहावं असं मला वाटत नव्हतं. शिवाय युद्ध कधी संपेल याचा अंदाज येत नव्हता. मी लिनेटला विचारलं, तेव्हा तिने पियानोच्या शिकवण्या घेण्याचा सल्ला दिला. मध्ये काही आठवडे तसेच गेले. पण नंतर माहिती मिळाली की अयाजपासामधल्या एका नामवंत घराण्यातल्या मुलीला पियानो शिकवण्यासाठी शिक्षक हवा आहे. मग जूनमधल्या एका उबदार दिवशी मी आणि लिनेट एक बोट घेऊन निघालो आणि मी माझ्या आयुष्यातल्या सर्वाधिक उत्कंठावर्धक साहसाला सुरुवात केली.
- ...
- ...
- मॅडम रोझेला, तुम्ही या ठिकाणी थांबलात, तर मी खिडकीतून खाली उडी घेईन.
- पण मुली! मला दुर्दैवानं थांबावं लागेल. मी खूप थकलेय. तेव्हा माझी गोष्ट पुढे सांगण्यापूर्वी तू मला काहीतरी गोष्टी सांगाव्यास असं मला वाटतं.
- उदाहरणार्थ?
- किंवा तू म्हणत असशील, तर आपण पुढच्या आठवड्यात बोलू. आता तू तुझं पेय घे आणि मला सांग तुला कोणतं संगीत ऐकायला आवडेल?
- ब्राहम्स कसं वाटेल?
- माझ्या लक्षात आलंय की तुला ते संगीत आवडलंय.
- 'आवडणं' हा शब्द फारच मर्यादित आहे. पुढे जाऊन असंही म्हणता येईल की, केवळ अशा संगीतामुळे देखील एखाद्याचा देवावर विश्वास बसू शकेल.

- फार छान तर मग... टालमडने तर असंही म्हटलंय की, संगीत ही एक प्रार्थना आहे. मला ध्वनिमुद्रिका शोधू दे.

९

- तुम्ही ठीक आहात का?
- मला माझ्या प्रकृतीविषयी खात्री वाटत नाहीये.
- तुम्ही सोफ्यावर आडव्या का होत नाही?
- होय. ही चांगली कल्पना आहे. जर तुला त्रास होणार नसेल तर...
- तुमचा चेहरा किती फिकट दिसतोय. डॉक्टरांना बोलवायचं का?
- अजून तरी तशी गरज वाटत नाहीये.
- मॅडम रोझेला, आणखी कसली वाट बघायचीय?
- काळजी करण्यासारखं काही नाही. कदाचित मी जरा आडवी झाले तर... गेला आठवडाभर त्रास झाला... मला या लक्षणांची सवय आहे. पण या वेळी पहिल्यांदाच सगळ्यांनी एकदम आणि पद्धतशीरपणे हल्ला चढवला.
- तुम्ही मला का नाही कळवलं?
- तुला कळवलं असतं, तरी तू काहीही करू शकली नसतीस. तुला काळ थांबवता येतो का? वृद्धत्वावरचा उपाय तुला ठाऊक आहे?
- नाही. पण मी तुमचा हात हातात घेतला असता. असा...
- खरंच तू देवदूत आहेस.
- काहीतरी बोलू नका.
- मला तुझ्या आजीविषयी म्हणजे वडलांच्या आईविषयी सांग ना.
- आत्ता?

- कदाचित तुझं बोलणं ऐकताना मला माझी गोष्ट पुढे सांगण्यासाठी थोडं बळ गोळा करता येईल.
- खरं सांगायचं तर ती काहीशी तुमच्यासारखीच होती.
- खरंच?
- म्हणजे तुमच्या सौंदर्याची बरोबरी तिला करता आली नसती, पण काळ्या समुद्राच्या भूप्रदेशातली ती एक बुद्धिमान स्त्री होती. तिला माझे वडील घाबरत असत.
- नाव काय होतं तिचं?
- उल्विये... उल्विये ओक्ताय.
- तिचं तुझ्यावर खूप प्रेम होतं का?
- इतर कोणाचं नसलं, तरी तिचं माझ्यावर खूप प्रेम होतं.
- नाही हं... माझंही तुझ्यावर प्रेम आहे.
- मला माहीत आहे ते, मॅडम रोझेला! मला असं म्हणायचंय की, तुमची भेट होण्यापूर्वी.
- ती इस्तंबूलमध्ये राहायची?
- माझे आजोबा गेल्यानंतर माझ्या वडलांनी तिला ट्राबझॉनमधून इस्तंबूलमध्ये आणलं आणि इटिलरमध्ये एक घर घेऊन तिची राहण्याची व्यवस्था केली. जेव्हा जेव्हा आजी वडलांवर रागवत असे, तेव्हा तेव्हा ट्राबझॉनला परत जाण्याची धमकी देत असे. पण शेवटी शेवटी तिने तो हट्ट सोडून दिला. दोन वेळा तर संतापाच्या भरात तिने सामान बांधलं आणि बस स्थानकापर्यंत गेली.
- एक समर्थ स्त्री.
- मला वाटतं की, ती एक शहाणी स्त्रीही होती. माझ्या कृत्यांमागची खरी कारणं तिला कायम समजत असत. मी खरोखर कशी आहे ते फक्त तिलाच माहीत होतं. मी बराचसा वेळ तिच्यासोबतच घालवत असे.
- तुला तिची आठवण येत असेल ना?
- ती जेव्हा मरण पावली, तेव्हा कित्येक आठवडे मी त्या दुःखातून स्वतःला सावरू शकले नाही. ती माझ्यासाठी आई आणि वडील या दोघांच्याही जागी होती.

- स्वर्गीय तेजात तिला विश्राम लाभू दे.
- मला विश्वास आहे. ती नसती, तर माझ्या वडलांनी बहुधा मला खूप आधीच परदेशी रवाना केलं असतं. माझं उच्च माध्यमिक शालेय शिक्षण इस्तंबूलमध्येच पूर्ण झालं हे माझ्या आजीचे उपकार आहेत. जेव्हा माझे वडील मला इंग्लंडमधल्या एका खाजगी शाळेत पाठवणार होते, तेव्हा माझी आजी जी संतापली, आणि तिने जे काही अकांडतांडव केलं. त्या वेळी तिचा तो रौद्र स्वर ट्राबझॉनपर्यंत ऐकू गेला असणार.
- तुझ्या आजीकडून तुझ्यात काय आलंय?
- मला वाटतं माझे दुःखभोग मी आजीकडून घेतलेत. त्यांचं नातं काळ्या समुद्राच्या कठीण पाण्याशी आहे. माझा दुराग्रहीपणाही मी तिच्याकडून घेतलाय. थोडक्यात माझं आंतरिक विश्व मी तिच्यासोबत असताना आकाराला आलंय आणि तिने जे जे मला सांगितलं, त्याचा काहीसा प्रभाव आहे माझ्यावर.
- आणि तुझं दिसणं?
- नाही. मी तिच्यासारखी दिसत नाही.
- मग तू कोणासारखी दिसतेस?
- माझ्या आईसारखी... अर्थात लोक तसं म्हणतात.
- तुझ्या मनात तुझ्या आईविषयी राग आहे का?
- तिच्याविषयीचा माझा राग जात नाहीये, हे एक आश्चर्यच आहे.
- तू यापूर्वीही सांगितलं आहेसच. पण तुझ्या आईने तुझ्या वडलांना का सोडलं?
- ती दुसऱ्या कुणाच्यातरी प्रेमात पडली होती.
- तुझी आई?
- होय.
- कुणी सांगितलं तुला हे?
- अनेकांनी, वेगवेगळ्या लोकांनी. माझ्या वडलांनी, आजीने, आईच्या नातेवाइकांनी...
- तू योग्यच वागलीस. अशा परिस्थितीत माहिती मिळवण्यासाठी एखादा तटस्थ स्रोत शोधणं सोपं नसतं.

– मी लहान असताना नेहमी स्वत:ला विचारत असे की, ही प्रेम नावाची गोष्ट खरंच इतकी समर्थ असते का की, जी एखाद्या स्त्रीला आपल्या चार वर्षांच्या मुलीला सोडून निघून जायला लावू शकते?
– तिने तुला तिच्याबरोबर का नेलं नाही?
– माझ्या वडलांनी तिला सांगितलं की, जर तिला जायचं असेल, तर तिला माझ्याशिवाय जगावं लागेल आणि माझ्या आईने ते मानलं. तिने आपल्या छोट्याशा मुलीला टाकलं आणि आपल्या प्रियकरासोबत उडून गेली. ती दोघं... प्रेमपाखरं...
– आता सध्या कुठे असते ती?
– नक्की ठाऊक नाही. कदाचित इझमिरला...
– नंतर पुन्हा कधीही तुम्ही दोघी एकमेकींना भेटला नाहीत?
– नंतर एकदोनदा तिने मला भेटण्याचा प्रयत्न केला. पण मला नव्हतं भेटायचं. मी म्हटलं तिला, की तुम्ही रोमँटिक फुलपाखरं, तितकीच तीव्र इच्छा असली, तर तुमचं प्रेमाचं मूल जन्माला घाला म्हणजे त्याला हवं तितकं भेटता येईल.
– हे जरासं कठोर वाटतंय.
– मला जराही पश्चात्ताप होत नाहीये.
– तुला असं नाही का वाटत की, तिलाही वेदना झाल्या असतील?
– माझी आजीसुद्धा नेमकं हेच म्हणायची की आपली मर्त्य आयुष्यं इतरांचा निवाडा करण्याच्या दृष्टीने खूप लहान असतात. खरंतर माझी आजी काळ्या समुद्राच्या प्रदेशातली एक भांडखोर स्त्री होती. पण तरी तिने माझ्या आईविषयी एकही वावगा शब्द कधी उच्चारला नाही.
– खरंच... अगदी सुसंस्कृत स्त्री!
– तशीच होती ती. देवाची कृपा तिच्यावर कायम असू दे.
– हो. स्वर्गीय तेजात तिला विश्रांती लाभो!
– किती छान शब्द आहेत हे! 'स्वर्गीय तेजात तिला विश्रांती लाभो.'
– किंवा असंही म्हणतात की, तिच्या आत्म्याला शांततेत विश्राम लाभू दे.

- 'तिला शाश्वत सुखाची विश्रांती लाभू दे.' हेही वचन छान आहे. आपण धार्मिक नसलो, तरी अशा वचनांमुळे आपल्याला शांत वाटतं.
- प्रिय मुली, दैवतं वेगवेगळी असली, तरी प्रार्थना सारख्याच असतात. प्रार्थना बुद्धाला उद्देशून म्हटलेली असो किंवा अल्लाला, तिच्यात फारसा फरक नसतो. इच्छा, आशा, भीती सर्व काही सारखंच. जेरुसलेमच्या एका कवीने एकदा म्हटलं होतं, 'देव बदलतात, प्रार्थना सारख्याच राहतात.'
- छान म्हटलंय.
- म्हणून एखाद्या व्यक्तीवर टीका करण्यापूर्वी त्याची प्रार्थना नीट ऐकली पाहिजे. तरच आपण त्या व्यक्तीला समजून घेऊ शकतो आणि हेच तुझ्या आईबाबतही खरं आहे.
- तुम्हीही असं म्हणता?
- होय. मला वाटतं, मला तुझ्या आईची प्रार्थना ऐकता आली असती तर...
- मला खातरी आहे, तिची प्रार्थना अशीच असणार की, 'हे देवा, जेव्हा वासंतिक फुलं वाऱ्याच्या झुळकेसोबत थरथरत असतात, त्या वेळी मला माझ्या प्रियकरासोबत चंद्रप्रकाशात व्हॉयलीनच्या सुरांवर नृत्य करता येवो.'
- प्रिय पेलिन, आपल्याला ते कधीच कळणार नाही.
- मी अगदी निष्ठुर आहे. नाही का?
- नाही. तू दुखावली आहेस. पण हे दुःख कशामुळे झालंय हे तुला अजून माहीत नाहीये.
- नक्कीच माहीत आहे.
- मुली, आपल्या आईवडलांमधल्या नात्याचं खरं स्वरूप आपल्याला कधीच कळत नाही. आपलं त्याविषयीचं आकलन आपल्यासमोर घडलेल्या प्रसंगांपुरतंच मर्यादित असतं त्यांच्यामधल्या भांडणाचं मूळ कदाचित खूप आधी आपल्या जन्मापूर्वीच कधीतरी रुजलेलं असू शकतं.

- मडम रोझेला, एक आई आपल्या बाळाला टाकून कशी जाऊ शकते?
- प्रिय पेलिन, तुझी आई प्रेमात पडली होती.
- परत तेच सांगताय तुम्ही?
- हे समजून घ्यायला तुला इतका वेळ का लागतोय?
- मला खरंच कळत नाहीये. माझ्या डोक्यातच शिरत नाहीये. जर ती प्रेमात इतकी बुडाली होती, तर तिने माझ्या वडलांशी लग्न का केलं? आणि मूल का होऊ दिलं? त्याऐवजी तिने पांढऱ्याशुभ्र घोड्यावरचा आपला राजकुमार का शोधला नाही? तिने मला जन्म का दिला? आणि मग या भयंकर जगात एकटं सोडून का गेली?
- कदाचित तिला तुला सोडून जायचं नसेलही.
- पण ती गेली सोडून.
- कदाचित तिला जावं लागलं असेल.
- मॅडम रोझेला, मला आशा आहे की ती प्रेमात पडली होती म्हणून तुम्ही तिची बाजू घेणार नाही.
- होय. मला वाटतं मी तेच करणार आहे.
- पण का?
- कारण कधी काळी एकदा मीसुद्धा प्रेमात पडले होते.
- तुमची परिस्थिती वेगवेगळी होती. आल्दो नेहमीच तुमच्यावर प्रेम करत होते... शिवाय...
- मुली...
- बोला.
- मी आल्दोविषयी बोलतच नाहीये.
- काय?
- आल्दो नाही. मी दुसऱ्या कुणाच्या तरी प्रेमात पडले होते.
- कधी?
- मी इस्तंबूलमध्ये होते, त्या वेळी.
- असं? मग पुढे? तुम्ही मला हे अगोदर का नाही सांगितलं?
- आता नम्रपणे तुझी परवानगी घेऊन मी माझी गोष्ट त्या बिंदूपाशीच नेणार आहे.

१०

- तो प्रवास मी कधीही विसरू शकत नाही. ती एक उष्ण, दमट सकाळ होती. जणू शहराभोवती एखादं ओलं कापड गुंडाळलं होतं. उन्हामुळे आकाश होरपळून जाईल असं वाटत होतं. आल्दोच्या बहिणींपैकी लिनेट माझी लाडकी होती. आम्ही छोट्या बोटीने इस्तंबूलला निघालो होतो. बोटीत अल्पसंख्याक समाजांच्या बोलींची संमिश्र गुणगुण सुरू होती.
- तुम्ही उत्सुक होतात का?
- कशासाठी?
- तुम्ही नवं काम सुरू करणार होतात त्यासाठी?
- मला माहीत नाही... त्या वेळी पियानो शिकवण्याचं काम हे मला खरंखुरं काम वाटतच नव्हतं. म्हणजे मी नेहमीच पियानो वाजवत असे. मी अनेक गुरूंकडून शिकले होते. बोल्शेव्हिकांपासून पळून गेलेल्या पांढऱ्याशुभ्र रशियन राजकन्या, विपन्नावस्थेत गेलेले सेंट पीटर्सबर्गचे संगीतकार; पातळ आणि लांब बोटांचे पोलिश वादक, मी त्यांना कधीच विसरू शकणार नाही. पुढे मी शिकवायला सुरुवात केल्यानंतर मला जाणवलं की, त्यांच्यापैकी प्रत्येकाचं बीज माझ्या मनात रुजलं आहे. पण काही कारणाने इस्तंबूलला जाताना मला अस्वस्थ वाटत होतं. तोपर्यंत प्रिन्स बेटाव्यतिरिक्त मी फक्त हेदरपासा रेल्वेस्टेशन आणि गलाता जिल्हा, जिथे आल्दोचं कुटुंब राहत होतं, एवढीच ठिकाणं पाहिली होती.
- मी गलाताला कधीच गेले नाहीये.
- त्या वेळी गलाता हे एक सुंदर आणि शांत असं जिल्ह्याचं ठिकाण होतं. आता ते कसं आहे माहीत नाही.
- माझ्याजवळ टाइम मशीन असतं तर!
- भूतकाळात जाण्यासाठी?
- तुमच्याबरोबर तिथे जाण्यासाठी, म्हणजे तुम्ही माझ्या मार्गदर्शक बनू शकला असतात.
- मलाही ते आवडलं असतं.

- तुम्ही इतकं छान वर्णन करताय, की मला एखादा कृष्णधवल चित्रपट पाहावा तसं वाटतंय.
- वाईट गोष्ट अशी की, माझ्या आठवणीत जो चित्रपट सुरू आहे, तो रंगीत आहे. अतिशय चमकदार. जेव्हा आपलं वय वाढतं, तेव्हा आपल्याला वर्तमानकाळ हा एकरंगी, तपकिरी छायाचित्रासारखा वाटू लागतो आणि भूतकाळ मात्र त्याचे खरे रंग दाखवू लागतो.
- मला हे टाइम मशीनचं काही कळत नाहीये.
- का?
- असं धरून चालू की हजारो वर्षांच्या संघर्षानंतर त्यांनी अखेरीस या काल-यंत्राचा शोध लावला, तरी भविष्यातल्या माणसाला भूतकाळात प्रवेश करताना आपल्या काळातून जावं लागेलच नाही का?
- मला माहीत नाही. मी तसा विचार कधी केला नाही.
- म्हणजे, मी अनुमान करत्येय की असेही काही प्रवासी असतील की ज्यांना आपल्या काळात रस असेल.
- होय, कदाचित.
- आपण असंही म्हणू शकतो की, जर भविष्यात काल-यंत्राचा शोध लागणार असेल, तर त्याचा अर्थ असा होतो की, ते आताही अस्तित्वात आहे. त्याचं नावच सुचवतं ते — काल-यंत्र. मला कसली भीती वाटत्येय माहीत आहे? या यंत्राचा शोध लागेपर्यंत मानवजातीचं अस्तित्व दीर्घकाळ टिकून राहील का? म्हणजे मला असं म्हणायचंय की, अजूनतरी भविष्यकाळातून कोणीही इथे आलेलं नाहीये. एकतर त्यांनी शोध लावलेला नाहीये, किंवा शोध लावण्यापूर्वीच मानवजात नष्ट झाली आहे. किती भयंकर आहे हे... नाही का?
- मला कबूल केलं पाहिजे की, मी इतकी वृद्ध आहे की, अशा गोष्टींची कल्पनाच करू शकत नाही.
- मला माफ करा. मी तुम्हांला भरकटवलं का?
- मला भरकटवलं?

- म्हणजे मी एखाद्या बडबड्या गप्पिष्ट माणसासारखी वागले आणि वाहवत गेले.
- खरं तर हे चांगलं लक्षण आहे. जेव्हा सुरुवातीला तू यायचीस, तेव्हा तुला बोलतं करणं मला कठीण जायचं.
- अर्थातच, मला खूप छान वाटतंय. तुम्ही सांगा ना पुढे.
- मी विद्यार्थिदशेत असताना थोडीफार परदेशातली शहरं पाहिली होती. पण जेव्हा आमची बोट सरायबुरनुजवळ आली, त्या वेळी मात्र माझं मन विचित्र, अपरिचित अशा भीतीने भरून गेलं. मला असं वाटायला लागलं की, जणू तोपकापीचा महाल आपल्या गोलाकार कळसाखाली माझी हाडं पिचतोय. मला असंही वाटलं की, मी जर ताबडतोब बेटावर परत गेले नाही, तर माझ्या बाबतीत काहीतरी वाईट घडणार आहे. अनेक आठवड्यांपासून लिनेटमागे माझ्यासाठी विद्यार्थी शोधण्याकरता भुणभुण लावली होती. तसं नसतं, तर मला खातरी आहे की मी तीच बोट माघारी वळवली असती.
- आम्ही याला अपशकुन म्हणतो.
- हो का? अजूनही हा शब्द वापरात आहे का?
- नाही खरं तर. पण माझ्या आजीला तो वापरायला आवडत असे म्हणून मलाही तो वापरायला आणि माझ्या महाविद्यालयातल्या मित्रांना हसवायला आवडतं.
- पण आता तू तो अगदी अचूक वापरलास.
- खरंच?
- म्हणजे पुढे जे घडलं ते लक्षात घेतलं, तर...
- बरं चला! पुढे सांगा.
- पण तूच तर मला मूळ विषयापासून दूर नेतेयस.
- बरं बरं! आता नाही नेणार. देवाशपथ!
- जूनमधल्या त्या दिवशी ज्या वेळी हिटलर विजयोन्मादात पॅरिसमध्ये फिरत होता, त्या वेळी मी इस्तंबूलचं थकलेलं पण तरी आशादायक शहर पाहिलं. प्रकाशात आणि विश्वासात न्हालेलं अभिमानी शहर. तिथले लोक आतातुर्कांच्या मृत्यूने आलेल्या

नैराश्यातून सावरलेले दिसत होते. आम्ही ट्राममधून अयासपासमधल्या एका इमारतीसमोर उतरलो आणि तिसऱ्या मजल्यावर गेलो. तिथे संपूर्ण बोस्फोरसचं दर्शन घडवणाऱ्या एका दिवाणखान्यात मखमली आरामखुर्च्यांवर बसून आम्ही वाट पाहत होतो... त्यावेळी तो तिथे आला.

- कोण?
- त्याने काळा सूट परिधान केला होता. कोणीतरी रागावल्याप्रमाणे तो काहीसा घाबरलेला आणि बेचैन दिसत होता. त्याने थोडक्या शब्दांत आमचं स्वागत केलं आणि तो खिडकीपाशी गेला. तिथे उभा राहून तो क्षितिजाकडे एकटक बघत राहिला. कुणाला वाटेल तो कदिकॉय नव्हे, तर वेगळंच काहीतरी बघत होता आणि अचानक मी लिनेटचे डोळे कुतूहलाने विस्फारलेले बघितले. यापूर्वी ती इतकी उत्तेजित झालेली मी कधीही पाहिली नव्हती. मलेरिया झाल्याप्रमाणे ती थरथरत होती. छाती हाताने दाबून धरत ती त्या खिडकीपाशी उभ्या असलेल्या माणसाकडे निर्देश करत होती. मी त्या दिशेने बघण्यासाठी मान वळवली आणि त्या खिडकीतल्या काचेत पडलेल्या त्या माणसाच्या प्रतिबिंबाशी माझी नजरानजर झाली. तो जसा माझ्याकडे पाहत होता, तसं त्यापूर्वी कोणीही माझ्याकडे पाहिलं नव्हतं. जसं एखाद्या दुर्दैवी अनाथ मुलाकडे पाहावं, जसं एखाद्या जखमेच्या जुन्या व्रणाकडे पाहावं, ज्याचा काटा टोचलाय अशा एखाद्या फुलाकडे पाहावं, तसं. मला छातीवर दडपण जाणवू लागलं आणि बोटीत वाटलेली अस्वस्थता पुन्हा दाटून आली. सुदैवाने दरवाजा उघडला आणि एक तरुण स्त्री त्या खोलीत आली. तिने आम्हांला अभिवादन केलं. त्या माणसाचा हात धरला आणि त्याला खोलीबाहेर नेण्याचा प्रयत्न केला. पण त्या माणसाने आपला हात सोडवून घेतला. त्या कृतीचा अर्थ आमच्याही लक्षात अगदी स्पष्टपणे आला. आणि रागाने पावलं टाकत तो खोलीतून बाहेर पडला.
- ''तुमचं स्वागत आहे,'' कसंबसं हसत ती स्त्री म्हणाली. ती अस्खलित फ्रेंच बोलत होती. ''तुम्ही मॅडम रोझेला का?''

''होय'' मी म्हटलं; ''आणि तुम्ही... मिस रेंगिन?''

''होय'' ती उत्तरली. ''तुमची नवी विद्यार्थिनी.''

लिनेटने चाचरत विचारलं, ''आणि ते एन्वर रीगन होते ना?''

''होय. तेच होते ते'' मिस रेंगिनच्या स्वरात दुःख स्पष्टपणे जाणवत होतं.

तो कोण होता हे माझ्या लक्षात आलेलं नाही हे जाणवून लिनेटने मला स्पष्टीकरण दिलं, ''सुप्रसिद्ध कवी... आदर्श मूल्यांचा पुरस्कर्ता... लेखक.''

मी ते नाव कधीच ऐकलेलं नव्हतं. पण त्या माणसाचे हिरवे डोळे दोन हिरवे ठिपके बनून माझ्या आठवणीत कायमचे ठसले.

कदाचित त्यामुळे असेल किंवा खोलीतल्या इतर दोन्ही स्त्रियांच्या काहीशा व्याकूळ व्यवहारामुळे असेल, मला अतिशय ताण आला. त्या एकमेकींशी काही वेळ बोलल्या. एकमेकींच्या कुटुंबांची आणि नातेवाइकांची चौकशी केली. मला माहीत नसलेल्या अशा बऱ्याच लोकांना त्यांनी शुभेच्छा दिल्या. नंतर मिस रेंगिन लिनेटला म्हणाली, ''तुम्ही आरामात बसा. मॅडम रोझेला आणि मी दुसऱ्या खोलीत आमचं काम करतो.''

- मॅडम रोझेला, एक विचारू?
- विचार ना मुली!
- हे खरंच असं घडलं होतं?
- मग वेगळं कसं घडायला हवं होतं?
- मला नाही माहीत. पण तुम्ही आता जो प्रसंग वर्णन केलात, तो खरा वाटू नये इतका रोमँटिक आहे. म्हणजे मला असं म्हणायचंय की जरी तो एन्वर रीगन यांच्या बाबतीत घडला असला तरीही.
- तुला माहीत आहे तो कोण आहे?
- आम्ही उच्च माध्यमिक शाळेत असताना त्यांच्या काही कविता वाचल्या होत्या.
- तुला आवडल्या होत्या त्या?
- होय. मला आठवतंय. विशेषत: एकाकीपणाविषयीची एक कविता. ती सर्वांत जास्त लक्षात राहिली.

- एकाकीपणा असतो आपल्या जगण्याची अमाप मोहिनी, आपल्या आत्म्यांचं जोडणं, उठावाच्या काळातही
- आपले हात प्रेमाच्या फुलांनी भरलेले असले, तरीही.
- एका छोट्या असीमतेसह निरभ्र निळ्याभोर दुःखासह.
- होय. मला त्यांची कविता खरंच आवडली असणार. म्हणूनच मला अजूनही या ओळी आठवतायत. पण म्हणून माझ्या शंका दूर होत नाहीयेत.
- तुला असं वाटतंय का, की मी काहीतरी गोष्टी रचून सांगतेय?
- नाही. तसं मुळीच नाही. पण मला खातरी वाटत नाही. तुम्हांला माहीत आहे, अशा गोष्टी वास्तव जीवनात घडत नाहीत.
- तुझ्या दृष्टीने वास्तव जीवन म्हणजे काय, पेलीन?
- वास्तव जीवन म्हणजे वास्तव जीवन. म्हणजे जे जीवन आपण चित्रपटांमध्ये पाहिलेलं नसतं किंवा जे आपण मूर्ख अशा कपोलकल्पित प्रेम कहाण्यांमध्ये वाचलेलं नसतं.
- हे कदाचित काही चित्रपट किंवा काही कादंबऱ्या यांच्याबाबत खरं असेलही. पण माझ्यावर विश्वास ठेव. आयुष्य हा अद्‌भुत चमत्कार आहे. काही गोष्टी अनुभवल्यामुळे आपल्याला दुःख होतं. वेदना होतात. पण तरीही त्यामुळे त्या अद्‌भुत आहेत ही वस्तुस्थिती बदलत नसते. जर तुझा यावर विश्वास नसेल, तर तुला तुझ्या हृदयाकडे जाणारा मार्ग सहजासहजी सापडणार नाही.
- तुम्हांला सापडलाय का तो?
- सापडलाय... निदान असा एक काळ माझ्या आयुष्यात आला, जेव्हा मला वाटलं की मला तो सापडलाय.
- एन्वर रीगनना भेटल्यानंतर का?
- होय. पण लगेचच नाही.
- तुम्ही दोघं कसे भेटलात मग?
- खरं तर आम्ही तसे लगेच भेटलो नाही. पण हळूहळू योगायोगाने भेटी झाल्या. एक प्रसंग सोडला, तर एरवी त्यानेच पुढाकार घेतला. त्या दिवशी तो खिडकीच्या काचेतून माझ्याकडे बघत

असताना आमची नजरभेट झाली, तेव्हा मला समजून चुकलं की, मी आगीच्या दिशेने जातेय.

- त्या दिवसानंतर तुम्ही कधी भेटलात?
- त्या दिवशी शिकवणी झाल्यानंतर लिनेट आणि मी बेयोग्लूला गेलो. शहरात रविवारची गजबज होती. सुंदर स्त्रिया आणि देखणे पुरुष रस्त्याच्या दुतर्फा फिरत होते. फ्रान्स थोड्याच दिवसांत शरण येईल असं प्रत्येक जण म्हणत होता. आम्ही दुकानांच्या दर्शनी भागांकडे बघत फिरताना तान्यासाठी एक पोशाख घेतला आणि निसाझला गेलो. जेव्हा टीप देण्यासाठी मी माझ्या बॅगेत सुटे पैसे शोधत होते, तेव्हा घडी केलेला एक निळा कागद मला सापडला. मी तो उलगडला. त्यावर लाल शाईने लिहिलेले शब्द होते, "कोण आहेस तू?"
- तेवढंच?
- होय. तेवढंच लिहिलं होतं.
- लाल...
- हो. रक्तासारखा.
- एन्वर रीगननी टाकली होती का ती चिठ्ठी?
- दुसरं कोण असणार? संपूर्ण आयुष्य शब्दांवर हुकमत गाजवलेल्या त्या माणसाने माझ्यासाठी ते मोजके आणि विचित्र शब्द निवडले होते.
- पण त्यांनी ती चिठ्ठी तुमच्या बॅगेत टाकली कशी?
- मी शिकवत असताना तो परत आला असणार. मी माझी बॅग दिवाणखान्यातच ठेवली होती.
- पण लिनेटने कसं नाही पाहिलं?
- लिनेट म्हणाली की, वाट पाहताना तिला डुलकी लागली होती. पियानोच्या आवाजामुळे तिला पेंग आली आणि रीगनने ती वेळ साधली असणार.
- फारच कुशल...
- आणि फारच काव्यात्म सुद्धा.
- विशेषतः त्याने चिठ्ठीत जे लिहिलं, ते लक्षात घेतलं, तर...

- होय. ''कोण आहेस तू?''
- फक्त जॅक निकोल्सनच अशा पात्राला न्याय देऊ शकेल.
- माफ कर हं! मी ट्रॅव्होल्टाला पसंती देईन.
- मिस रेंगिनशी त्यांचं नातं होतं का? ती त्याची प्रेयसी होती?
- होय. पण ते एकमेकांपासून दुरावले होते. आम्ही प्रथम भेटलो त्या दिवशी त्यांचं भयानक भांडण झालं होतं. मुलीच्या वडलांना रीगनची समाजवादी तत्त्वं मान्य नव्हती. आपली अत्यंत लाडकी कन्या, उच्चभ्रू समाजात जोपासलेलं पुष्प; ज्याची चौकशी पोलीस करतायत अशा एका कवीची बायको होणार ही कल्पनाच त्या बिचाऱ्या वृद्ध माणसाला संताप आणत होती. आणि मुलीला वाटत होतं की, रीगनने आपलं राजकीय कार्य सोडून देऊन एखादी सुस्थिर नोकरी पकडावी.
- त्याने लिहिलेल्या चिठ्ठीविषयी तुम्ही लिनेटला सांगितलं का?
- अर्थातच नाही. ती माझी नणंद होती म्हणून केवळ नव्हे... तिचं हृदय या प्रकारचा भावावेग सहन करू शकेल का, अशी भीती मला वाटत होती.
- त्यांना एन्वर रीगनविषयी खूप आदर होता का?
- खूपच... आणखी मला नंतर कळलं की तो त्या वेळच्या सगळ्या सुशिक्षित स्त्रियांमध्ये लोकप्रिय होता. त्याचे काव्यवाचनाचे कार्यक्रम एकतर पोलिसांकरवी रद्द केले जात असत किंवा बंद पाडले जात असत. त्याच्या कविता लोकांमध्ये फिरवल्या जात आणि आश्चर्य म्हणजे तो जेव्हा स्वतःच्या कविता वाचत असे, तेव्हा वास्तवापासून तुटलेल्या आणि समाजवाद हा एक प्रकारचा जंतू आहे, असं मानणाऱ्या उच्चभ्रू समाजातल्या स्त्रियादेखील मोहून जात असत.
- माझा तर विश्वासच बसत नाहीये.
- आपला स्कार्फ खांद्यावर टाकून एका पायावर तोल सांभाळत आणि हाताने हवेत काल्पनिक आकार निर्माण करत तो कविता म्हणत असे. एकाद्या लोकप्रिय कलावंताचं नाव सांग बरं!

– शबनम फराह
– नाही. एखादा पुरुष.
– तिओमान
– तो मला माहीत नाही.
– मग अहमत ओझान?
– हं... तो जरासा वयस्क आहे.
– मॅडम रोझेला, तुम्हांला काय म्हणायचंय ते लक्षात आलंय माझ्या. एन्वर रीगन हा खरा स्टार होता.
– होय. आणि स्टार तरी कसा! त्याच्या आक्षेपार्ह व्यक्तिमत्त्वासह, कलेच्या जगातील त्याच्या वादांसह आणि अटक न करता त्याच्या मागावर राहणाऱ्या गुप्त पोलिसांसह तो खऱ्या अर्थाने लोकोत्तर पुरुष होता. गुप्त पोलिसांवरून आठवलं, तो तुझा हलवाई अजून उभा आहे का?
– मी नुकतंच पाहिलं. तो आहे अजूनही तिथे. कोपऱ्यात आहे.
– अरे देवा! मला त्या तरुण माणसाविषयी फार वाईट वाटतं.
– काहीतरीच तुमचं! तुम्ही सांगत होतात की अशा या पुरुषाने सगळ्या स्त्रियांमधून तुमची निवड केली. बरोबर?
– आणि तुला तसं वाटत नाही का?
– मॅडम रोझेला, तुम्ही संकुचित आहात. स्वतःच्या सौंदर्याची जाणीव असलेल्या प्रत्येक सुंदर स्त्रीप्रमाणे संकुचित.
– मी हे विधान प्रशस्ती म्हणून स्वीकारते.
– मी हे विधान प्रशस्ती म्हणूनच केलंय.
– पण हे असं सगळं हाताबाहेर जाण्यासाठी काही काळ जावा लागला. म्हणजे पुढे संपूर्ण महिनाभर आम्ही एकमेकांना पाहिलंही नाही.
– का बरं?
– कसं शक्य होतं तेव्हा? तो ज्या पक्षाचा सभासद होता, त्या पक्षाच्या आणि कामगार संघटनेच्या वेगवेगळ्या आयोजनांमध्ये सहभागी होण्यात तो गुंतलेला होता. याच कारणामुळे मिस रेंगिनबरोबरचे त्याचे भावबंध तुटले होते. त्यामुळे मी तिची

शिक्षिका म्हणून जात होते त्या वेळी त्याला भेटण्याची संधी मला मिळणं शक्य नव्हतं.

- आणि तरीही तो तुमच्या मनात घर करून राहिला होता.
- पुढे आमच्यात काही घडेल अशी कोणतीही शक्यता त्या वेळी माझ्या मनात नव्हती, हे मी खातरीने सांगते. जर ती असती, तर मी ती कल्पनाच रद्द केली असती. किंवा कोणी त्याबद्दल एखादी लहानशी सूचक प्रतिक्रिया व्यक्त केली असती, तरी मला ते अपमानास्पद वाटलं असतं. शिवाय त्या वेळची जी एकूण परिस्थिती होती, तिचीही आठवण मी तुला करून देते. महायुद्ध सुरू होतं. माझ्यासाठी सर्वस्वाचा त्याग करून कसाबसा जगत असलेला माझा नवरा परदेशात अडकला होता. आणि मी हद्दपार होऊन नाझ्या नवऱ्याच्या नातेवाइकांवर अवलंबून जगत होते. शिवाय मला एक लहान मुलगी होती.
- पण तरी तुमचं मन त्यांच्यामागे होतं.
- मला एका कवीविषयी आणि एका स्वातंत्र्यसैनिकाविषयी आस्था होती. तोपर्यंत मी युनुस एमरे यांच्या कवितांचे वाईट अनुवाद सोडले, तर तुर्की कविता वाचलेली नव्हती. लिनेटजवळ एन्वर रीगनच्या त्या वेळी लोकांमध्ये फिरत असलेल्या काही कविता होत्या. ती त्या वेळी अविवाहित होती आणि तरुण मुलींच्या मनात उचंबळणाऱ्या भावलहरींसाठी तिचं मन मोकळं होतं. कधी कधी संध्याकाळी मी तिच्या खोलीत जात असे. आम्ही एन्वर रीगनच्या कविता मोठ्याने वाचत असू. त्यातला राजकीय अर्थ आम्हांला पूर्णपणे समजत नसे, परंतु त्यांतल्या गीतगुणांमुळे आम्ही धुंद होत असू. त्यानंतर मी इतर तुर्की कवींच्या कवितेत रस घेऊ लागले. अहमत हासिम आणि याह्या केमाल यांच्या लिनेटने दिलेल्या कविता वाचण्यामधली माझी निश्चयपूर्वकता अणि उत्कट इच्छा यांमुळे माझी टर्किश सुधारायला मला खूप मदत झाली. एरवी मी लोकांशी सहजपणे फ्रेंचमधून बोलू शकत होते. शिवाय मी...
- मॅडम रोझेला! तुम्ही ठीक आहात ना?

- बऱ्यापैकी... मला क्षणभर श्वास घेता येईना. भोवळ आल्यासारखं झालं. जरा ती खिडकी उघडतेस का? आणि झेल्दाला हाक मार... शक्य तितक्या लवकर...

११

- आज तुम्ही खूपच बऱ्या दिसताय.
- मी बरी आहे. पण माझं शरीर तेवढं ठीक नाहीये. ते माझा विश्वासघात करत राहतं.
- मी खिडकी उघडू का? तुम्हाला थंडी वाजेल?
- नाही. उघड जराशी. ह्या ऋतूत आपल्या शहरात बाहेर स्वच्छ थंडी असते. क्षितिजावर दिसणाऱ्या पर्वतरांगांमधून येणारे आरोग्यदायक वारे शहरात वाहत असतात. या देशातली फुफ्फुसांच्या विकाराच्या रुग्णांसाठी असलेली रुग्णालयं का प्रसिद्ध आहेत माहीत आहे तुला?
- नाही. का?
- कारण इथे बरेच पर्वत आहेत आणि पुष्कळ वृद्ध माणसं आहेत.
- तुम्हांला रुग्णालयात जाणं का पसंत नाही?
- माझ्या बाळा, रुग्णालय माझ्यासाठी फारसं काही करू शकणार नाही. म्हातारपणावर रुग्णालयाकडे कधी काही इलाज असतो का? उलट माझे उरलेले दिवस माझ्या स्वत:च्या घरात घालवणं मी पसंत करेन. शिवाय आपण इथे किती छान गप्पा मारू शकतो.
- मॅडम रोझेला, आपण तिथेही गप्पा मारू शकतो.
- मुली, आज जास्त बोलण्याची ताकद माझ्यात नाहीये आणि जर माझी आठवण बरोबर असेल, तर आज बोलण्याची पाळी तुझी आहे.

- पण तुमच्या राहिलेल्या गोष्टीविषयी मला खूपच कुतूहल आहे.
- मला जरासं बरं वाटलं की मी लगेच तुला सांगेन. पण आपल्या कराराप्रमाणे आता तुझी पाळी आहे. पण माझी एक विनंती आहे. जर शक्य असेल, तर एखादी उल्हसित करणारी गोष्ट सांग. मला आज कोणत्याही प्रकारची खिन्नता नकोय.
- काहीतरी उल्हसित करणारं...
- होय. काहीतरी गमतीशीर. काहीतरी तुझ्या तरुण वृत्तीशी नातं सांगणारं.
- मॅडम रोझेला, मी त्यासाठी योग्य आहे असं मला वाटत नाही
- असं का म्हणतेस? तू तरुण नाहीस का? मला जितकं माहीत आहे त्यानुसार तुझं प्रेमजीवनही चांगलं सक्रिय आहे. त्या रशियन माणसाचं नाव काय होतं बरं?
- इवान
- हां! आता कसं? पण किती भयंकर नाव हे! तू माझ्यापुरतं ते नाव बदलू शकतेस का?
- त्याचं नाव?
- होय. म्हणजे मला असं म्हणायचंय की, खऱ्या आयुष्यात तू त्याचं नाव बदलू शकत नाहीस. पण निदान त्याच्याबद्दल माझ्याशी बोलताना त्याचं नाव बदल. तू त्याला काय म्हणू शकतेस?
- मिखाइल?
- मिखाइल?
- मिखाइल बरिश्निकोव्हप्रमाणे... तो नर्तक...
- मला तो माहीत आहे. पण आपण जर त्याला मिखाइल म्हणणार असू तर आपण त्या बिचाऱ्या तरुण मुलाचं नाव का बदलत आहोत?
- म्हणजे? मला कळलं नाही, मॅडम रोझेला!
- मुली, अशी कल्पना कर की तू एका अठ्ठ्याऐंशी वर्षांच्या म्हातारीच्या पुढ्यात नसून एका अशा तरुण मुलीच्या समोर आहेस जिच्या आयुष्यात नुकताच वसंत ऋतूने प्रवेश केलाय आणि तिला तुझ्या प्रेमाविषयी आणि मनाच्या खेळांविषयी ऐकायचंय.

- माझ्याकडून?
- होय तुझ्याकडून.
- ठीक आहे. मग तुम्हांला कोणतं नाव आवडेल?
- उदाहरणादाखल ते नाव ॲलेक्सी असू शकेल.
- ...?
- तू ॲना कॅरेनिना वाचली नाहीयेस का बाळ?
- दुर्दैवाने नाही वाचलीय मी.
- तसं असेल, तर मग तुला साहित्याच्या इतिहासातला सर्वांत आकर्षक, सर्वांत धोकादायक आणि सर्वाधिक दुःख देणारा पुरुष माहीत नाही. काऊंट ॲलेक्सी किरलोविच व्रोन्स्की. एक असा विकारांध पुरुष, ज्याला जाणून घेण्यासाठी सगळ्या स्त्रिया वेड्या होत आणि नंतर त्याच स्त्रिया त्याला जाणून घेतल्याबद्दल दुःखी होऊन जात असत.
- पण तुम्हांला असं नाही का वाटत की तुम्ही माझ्या मित्राविषयी जरा जास्तच अंदाज बांधताय?
- तो काही आता तुझा मित्र राहिलेला नाही, मुली! तू त्याची गोष्ट सांगायला सुरुवात केल्याबरोबर त्याचं रूपांतर गोष्टीतल्या पात्रात झालं. आता तू जे नाव देशील, त्याच नावाने तो ओळखला जाईल. तुला जे हवं, तेच तो करेल. आता कृपया सांगायला सुरुवात कर.
- मला कळत नाहीये. सुरुवात कुठून करू?
- तू त्याला शेवटचं कधी पाहिलंस?
- पाच दिवसांपूर्वी.
- कसा दिसत होता तो?
- त्याने लेदरचं काळं जाकीट घातलं होतं.
- छान... आणि मग?
- आणि त्याने बंद गळ्याचा लाल स्वेटरही घातला होता. त्याच्या स्वेटरला मांजराचे काही केसही चिकटले होते.
- त्याला मांजरं आवडतात का?
- होय. वसतिगृहाच्या त्याच्या खोलीत त्याने दोन मांजरं पाळलीयत.

- तिथे तो एकटाच राहतो?
- त्याच्यासोबत एक युक्रेनचा मित्र आहे. सेर्जी. आता कृपा करून त्याचं नाव बदलायला नका लावू.
- सेर्जी तेवढं वाईट नाहीये.
- त्यांना मांजरीची दोन लहान पिल्लं रस्त्यात सापडली. त्यांच्या आईला गाडीने चिरडलं होतं. एक काळं आहे आणि खूप खेळकर आहे. दुसरं एखाद्या सभ्य स्त्रीसारखं वागतं. शार्लटसारखं.
- शार्लट, ऐकलंस का? ती तुझ्याविषयी बोलतेय.
- मला वाटतं आज तिलाही बरं नाहीये.
- काळ कमी होत चाललाय ते तिलाही जाणवतंय, मुली! मांजरांना अशा गोष्टी जाणवतात.
- मॅडम रोझेला, तुम्ही परत असलं काही बोललात, तर मी तुमच्याशी कधीच बोलणार नाही.
- ठीक आहे. नाही बोलणार. वचन देते.
- म्हणून त्याच्या स्वेटरवर कायम मांजराचे केस असतात आणि त्यांचे लाड केल्यामुळे त्याच्या हातांवर कायम ओरखडे असतात.
- तसं असेल, तर मग त्याला स्त्रियांचं लक्ष कसं वेधून घ्यायचं हे समजतं. ज्याच्यापाशी मांजर आहे, त्याच्याविषयी कोणतीही स्त्री अलिप्त राहू शकत नाही.
- हं. मला वाटतं की तो तसाच आहे.
- म्हणजे? काय म्हणायचंय तुला?
- तो कर्ट कोबेनसारखा दिसतो.
- कोणासारखा?
- जरा माझ्या टी शर्टकडे नजर टाका.
- हा कर्ट कोबेन का? ॲलेक्सीचे केसही लांब आहेत का?
- होय. विद्यापीठाच्या रॉक बँडमध्ये तो बास गिटार वाजवतो आणि साप्ताहिक सुट्ट्यांच्या दिवशी कधी कधी नगरातल्या बार्समध्येही वाजवतो.
- त्याने तुला हॉटेलमध्ये बोलावलं होतं, नाही का?
- बोलावलं होतं.

- त्या तळ्याकाठच्या हॉटेलमध्ये?
- होय.
- म्हणजे गिटार वाजवून जे पैसे मिळतील, ते खोलीसाठी खर्च करायचे अशी त्याची योजना होती का? कारण माझ्या माहितीप्रमाणे अशा जागा खूप महाग असतात.
- मॅडम रोझेला, इवान म्हणजे ॲलेक्सी पैशांसाठी नाही वाजवत. तो घरचा खूपच श्रीमंत आहे.
- व्यवसाय काय आहे त्यांचा?
- पेट्रोलियमशी निगडित काहीतरी आहे.
- हं. आणि मग?
- शिवाय त्याच्याकडे काम करायला लागणारा परवानाही नाहीये. त्यामुळे कायद्याने तो गिटार वाजवून पैसे कमावू शकत नाही. कोणी त्याला कधी विचारलं, तर तो सांगतो की हे सगळं तो मजेसाठी करतो. पण मला असं वाटतं की, त्याला त्या बदल्यात काहीतरी मिळत असावं.
- काय मिळतं त्याला?
- काहीतरी...
- काहीतरी म्हणजे?
- म्हणजे मला असं म्हणायचंय की थोडीशी मजा करण्यापुरतं काहीतरी...
- म्हणजे मला शंका येतेय तसं काही का?
- पण खूप काही नाही. म्हणजे इजा होईल इतकं नसावं बहुधा. म्हणजे मी कधी त्याने अतिरेक केलेला पाहिला नाहीये. थोडं उत्साह वाढवण्याइतपत... म्हणजे थोडंसं.
- एवढा खुलासा करण्याची जरुरी नाही मुली! मला त्याच्यावर टीका नव्हती करायची. तुम्ही आता मोठी आहात. तुमच्या शरीराचं तुम्ही काय करायचं हा तुमचा प्रश्न आहे. मला त्यात रस नाही. मला तू फक्त तुझी गोष्ट सांग. आणि कृपया हे विसरू नकोस, की मला आज काहीसं भाबडेपणाचं, रोमँटिक असं जाणवतंय. म्हणजे तू थोडासा प्रणय, थोडं प्रेम हे भरीला घातलंस, तर बरं होईल.

- मी प्रयत्न करते.
- जरासं...
- त्या संध्याकाळी आम्ही ॲलेक्सी ज्या क्लबमध्ये वाजवतो, तिथे गेलो. साप्ताहिक सुट्टी असल्याने तिथं खूपच गर्दी होती. ते दीड तास मंचावर होते. त्याने खूपच छान वाजवलं. लोक वेडे झाले. त्यांनी जेव्हा मध्ये विश्राम घेतला, तेव्हा त्याच्यापर्यंत पोहोचणं कठीण झालं इतकी गर्दी त्याच्याभोवती गोळा झाली होती.
- मुलींची?
- फक्त मुलीच नव्हत्या.
- अरे देवा!
- काय कारण असेल ते असो. ॲलेक्सीच्या चाहत्यांमध्ये मुली आणि मुलगे दोन्ही आहेत. पण देवाची कृपा की त्याला फक्त स्त्रियांमध्ये रस आहे. आम्हांला तिथून बहेर पडून जरा मोकळ्या हवेत जायचं होतं. तुम्हांला आठवत असेल, त्या दिवशी बर्फ पडलं होतं. आकाशात पूर्ण चंद्र होता. शुभ्र भूमीवरून परावर्तित होणारा चंद्राचा प्रकाश जणू रोषणाई करत होता.
- आता खऱ्या गोष्टीची सुरुवात झाल्यासारखं वाटतंय.
- आम्ही नदीच्या काठाकाठाने नि:शब्दपणे चालत होतो. चालता चालता क्लबमधून येणारे संगीताचे सूर हळूहळू मंद होत नाहीसे झाले. आम्ही बागेत एका बाकावर बसलो. ॲलेक्सीने सिगरेट पेटवली आणि आकाशातल्या पूर्ण चंद्राकडे बघत बघत आम्ही सिगरेट ओढली. बर्फाचे छोटे छोटे तुकडे घेऊन नदी संथपणे वाहत होती.
- तू अंगात काय घातलं होतंस?
- माझा काळा लेदर कोट आणि माझे काऊबॉय बूट. माझ्या केसांच्या बटा माझ्या खांद्यावर रुळत होत्या आणि मी काऊबॉय हॅटसुद्धा घातली होती.
  सिगरेट ओढून झाल्यावर मला अचानक त्याचं चुंबन घ्यावंसं वाटलं. त्या क्षणी मला जाणवलं की, तो माझे केस कुरवाळतोय.
- सुंदर!

- मग त्याच्या बोटांनी माझ्या चेहेऱ्याला स्पर्श केला. गिटार वाजवल्यामुळे टणक झालेल्या त्याच्या बोटाच्या टोकांनी माझ्या गालांना केलेला स्पर्श मला आवडला. त्यांना तंबाखूचा वास येत होता. त्याने दिलेल्या सिगरेटमुळे की चंद्रप्रकाशामुळे ते माहीत नाही, पण आजी गेल्यानंतर मला प्रथमच त्या रात्री आनंदी आणि शांत वाटत होतं. मला असंही वाटलं की, आयुष्य सुंदर असू शकेल. मला इतकं छान वाटत होतं की, ॲलेक्सीने मला जवळ ओढलं असतं आणि सांगितलं असतं की त्याचं माझ्यावर प्रेम आहे, तरी मला त्याचा राग आला नसता. पण त्याने त्याहून छानसं काहीतरी केलं. त्याने आपली बोटं हळुवारपणे माझ्या चेहेऱ्याखाली आणून मला अलगद स्वत:कडे वळवलं. आणि नंतर मला जाणवलं की, त्याचे ओठ माझ्या ओठांना हलकेच स्पर्श करतायत...
- ...
- मॅडम रोझेला!
- ...
- झेल्दा, मॅडम रोझेलांना विश्रांतीची गरज आहे. जरा माझी छत्री आणाल का? मीही निघते आता.

१२

- मागच्या आठवड्यात मला झोप लागली आणि तुझ्या गोष्टीचा शेवटचा भाग हुकला.
- ठीक आहे. तुम्ही खूपच थकला होतात.
- मी फार असभ्यपणे वागले का?

- नाही हो मॅडम रोझेला! तुम्हांला आता बरं वाटतंय हे जास्त महत्त्वाचं आहे.
- तुझ्या गोष्टीत पुढे काय झालं?
- पण आज तुमची पाळी आहे.
- हो का?
- खातरीने.
- बाप रे! बाहेर मुसळधार पाऊस पडतोय.
- होय. पावसाबरोबर पागोळ्याही गळतात.
- खूप छान म्हण आहे ही, नाही का? देवा माझ्या! मी तर विसरूनच गेले होते.
- आणि नवऱ्याने मारलं आणि पावसाने झोडपलं तर दाद कोणाकडे मागायची?
- होय. ही लक्षात आहे माझ्या. पण ही तरुणपणीच ऐकलीय की टी. व्ही.वर ऐकलीय ते मात्र आठवत नाही.
- तुम्ही खूप पाहता का टी. व्ही.?
- पूर्वी म्हणजे आल्दो गेल्यानंतरच्या वर्षांत मी सतत टी. व्ही. पाहत असे. बहुधा कंटाळा आल्यामुळे असेल. पण आता तेवढा बघत नाही. माझ्या डोळ्यांना त्रास होतो टी. व्ही.चा.
- तुम्ही काय पाहता?
- काहीही. जुने चित्रपट, मालिका, खेळ. मला टर्किश भाषेची आठवण करून देणारं काहीही.
- संगीत?
- टर्किश गाणी मी ऐकू शकत नाही. संगीत ही अत्यंत क्रूर गोष्ट आहे. ती आपलं संरक्षक कवच भेदून टाकते.
- होय. अगदी योग्य बोललात तुम्ही. जी गाणी आपण नेहेमी ऐकत नाही, तीसुद्धा आपल्या आठवणी जाग्या करून आपल्याला हतबल करू शकतात.
- जणू आपल्या हृदयाच्या चिंध्या करतात.
- योग्य वर्णन केलंत तुम्ही.
- पण तू मला सांगितलीस ती संध्याकाळ सुंदर होती. ती नदी, ते

धुकं, ती शुभ्रता... मला आठवत्येय ती शेवटची घटना म्हणजे तू आणि ॲलेक्सी सिगरेट ओढत होतात.

- तुम्हांला बाकीच्या गोष्टी ऐकायच्या असतील, तर तुम्ही तुमची स्वत:ची गाष्ट सांगितली पाहिजे.
- बरोबर.
- हे तुम्हीच मला सांगितलंय.
- आज मला खूपच बरं वाटतंय. काल डॉक्टर आले होते. तेही म्हणाले की, स्वत:ला न दमवता तुम्ही काहीही करू शकता.
- छान. म्हणजे आता सर्व ठीक आहे तर!
- आपण कुठे थांबलो होतो?
- तुम्ही सांगितलंत की तुम्ही मिस रेंगिनची शिकवणी सुरू केलीत आणि त्यानंतर तुम्ही बराच काळपर्यंत एन्वर रीगनला पाहिलंही नाहीत.
- होय. त्या दिवसानंतर काही महिने गेले. एके रविवारी मी शिकवणीसाठी इस्तंबूलला जायची तयारी करत होते. त्या वेळी लिनेट आली. ती अतिशय उल्हसित झाली होती. तिने सांगितलं की, त्या दिवशी सकाळी तेपेबसी नाट्यगृहात काव्यवाचनाचा कार्यक्रम होणार आहे. विशेष म्हणजे त्या काळातल्या मान्यवर कवींसह एन्वर रीगनही त्याच्या कविता वाचणार आहे. लिनेटला तिथे एकटीने जायचं नव्हतं. घरात दुसऱ्या कुणाला कवितेत रस नसल्याने मी तिच्याबरोबर जावं असा तिचा आग्रह होता. पाच वाजताची बोट घेतली असती, तर रात्रीच्या जेवणापर्यंत आम्ही परत येऊ शकत होतो.
- तुम्ही तिथल्या वातावरणात रुळला होतात का तोवर?
- मी बुयुकदाच्या शांत वातावरणात एखाद्या रोपासारखी जगत होते. त्यात एकच समाधान होतं. माझ्या तान्याने आपल्या मोहकपणाने सगळ्यांचं मन जिंकून घेतलं होतं, आणि नागरी सभ्यतेच्या काचापासून दूर अतिशय आनंदात ती वाढत होती. मधल्या काळात मला आल्दोची दोन पत्रं मिळाली होती. अतिशय करुण अशी ती दोन पत्रं, लिहिल्यानंतर कितीतरी काळाने माझ्यापर्यंत पोहोचली

होती. आल्दोनं लिहिलं होतं, की शहरातल्या ज्यू सहकारी संस्थेमार्फत त्याची सोय झाली होती. एका वृद्ध सेफार्डिक ज्यू जोडप्यासोबत तो राहत होता. त्यांनी त्याला एक खोली दिली होती आणि त्या बदल्यात त्याने घरकामात मदत करावी अशी त्यांची अपेक्षा होती. आल्दोला बागकामात विशेष रस होता. त्याने लिहिलं होतं की, तान्यापासून दूर असण्याचं दुःख तो बागेत काम केल्यामुळेच विसरू शकला. त्याने असंही लिहिलं होतं की, विद्यापीठात अभ्यागत प्राध्यापकाचं काम मिळवण्यासाठी त्याची खूप धडपड सुरू होती. मला असं वाटतं की, त्याने आणखीही काही पत्रं रेडक्रॉसमार्फत पाठवली होती. पण त्यांतली दोनच पोहोचली. पत्राच्या शेवटी त्याने लिहिलं होतं की हे दुःस्वप्न कायम राहणार नाही. आज नाहीतर उद्या मानवतेला आपली चूक कळेल, यावर श्रद्धा ठेव. पत्राच्या शेवटी त्याने आशीर्वचन लिहिलं होतं.

- काय?
- निरोगी राहा... कुटुंबापासून दूर निर्वासितासारखं जगण्याची वेदना सोडली, तर त्याने इतर त्रासांचा, समस्यांचा साधा उल्लेखही केला नव्हता. तो अतिशय समर्थ पुरुष होता. विशेषतः मोठ्या आपत्तीसमोर तर तो कधीच डगमगत नसे.
- जॅकलीन?
- मुली, तिला मी कधीच दुष्ट मानलं नाही. ती एक खिन्न आणि कमनशिबी मुलगी होती. आपल्यावर अन्याय झालाय असं तिला सतत वाटे आणि त्या भावनेमुळे ती सतत स्वतःला त्रास करून घेत असे. जिच्या मनात विखार आहे अशी व्यक्ती दुसऱ्याला दुखावण्याची एकही संधी सोडत नाही. ती तशीच काहीशी वागत असे.
- म्हणजे नेमकं काय करत असे ती?
- एक अत्यंत वाईट आणि दुखावणारी गोष्ट तिने केली, ती म्हणजे तिने सर्वांना सांगितलं की, तान्या जराही आल्दोसारखी दिसत नाही. ती आजूबाजूच्या लोकांना विचारत फिरत असे की, त्यांना खरंच वाटतं का की आल्दो तान्याचा खरा बाप आहे?

- शी! शी!
- बाळ, मनोभंग झालेल्या व्यक्तीकडून कितीही मोठं पाप घडू शकतं.
- तुम्ही जेव्हा अशा गोष्टी सांगता, तेव्हा ही प्रेम नावाची वस्तू मला हळूहळू थोडी आल्हाददायक वाटू लागते.
- आणि असं काहीतरी बोलून तू मला चकित करतेस.
- पण खरंच! तिचं हे वागणं अतिच वाटतं.
- जॅकलीन ही अत्यंत संवेदनशील मुलगी होती आणि कुटुंबात सर्वांना हे माहीत होतं. आल्दोविषयी तिला वाटणारं प्रेम हे आल्दो या व्यक्तिविषयी असण्यापेक्षा काहीसं अशारीर स्वरूपाचं पवित्र प्रेम होतं. मला नाही वाटत ते दोघं एकमेकांशी फारसं बोलले असतील.
- आणि आईवडलांचं काय?
- म्हणजे जॅकलीनच्या आईवडलांविषयी म्हणतेस?
- नाही आल्दोंचे आईवडील. ते तुमच्याशी कसे वागत होते?
- माझे सासरे हे खरंच एक विलक्षण व्यक्तिमत्त्व होतं. त्यांना समजून घेतल्यानंतर मी आल्दोला अधिक चांगलं समजू शकले. आठवड्यातून तीन दिवस ते इस्तंबूलच्या 'कव्हर्ड बझार'मधल्या आपल्या लहानशा दुकानात जात असत. तिथे ते त्यांनी पॅरीसहून आणलेल्या वस्तूंची विक्री करत. उरलेला वेळ ते घरीच नव्या नव्या वस्तूंचा शोध लावण्यात घालवत असत. त्यांना त्यांच्या वडलांकडून वारसाहक्काने काही स्थावर मालमत्ता मिळाली होती. त्यामुळे उपजीविकेसाठी धडपड करण्याची गरज त्यांना नव्हती. त्यामुळे ते स्वत:ला वेगवेगळ्या गोष्टींमध्ये गुंतवून घेत असत.
- त्यांनी काय काय शोधलं होतं?
- अनेक गोष्टी... विजेवर चालणारं योगर्ट यंत्र, रेडिओसाठी रिमोट कंट्रोल, सिनेमा बघताना झोप येऊ नये यासाठी एक साधं उपकरण, खिशात मावणारा हीटर... अशा अनेक कच्च्या स्वरूपातल्या वस्तू, ज्या पुढच्या काळात शोधल्या गेल्या आणि विकसित केल्या गेल्या. स्वाभाविकच ते मनस्वी आणि आलिप्त वृत्तीचे होते. त्यांचं

मन कायम व्यग्र असे. काही वेळा तर आम्हांला त्यांना तान्याच्या नावाचीही आठवण करून द्यावी लागे.

- आणि तुमच्या सासूबाई?
- प्रिय रिबेका! माझी मोलाची रिबेका! रिबेकासारखी सर्व माणसांना सांभाळून घेणारी दुसरी स्त्री मला भेटलेली नाही. कदाचित तिचा नवरा काहीसा अलिप्त असल्यामुळे असू शकेल, तिने आपल्या कुटुंबाची काळजी घेण्यात आपलं सगळं आयुष्य खर्ची घातलं. इतकंच नव्हे, तर ती तिच्या नातेवाइकांनासुद्धा त्यांच्या अडचणींच्या वेळी मदत करत असे. साबाथच्या पवित्र दिवसाच्या निमित्ताने भोजनासाठी विविध प्रकारची चाळीस पक्वान्नं ती रांधत असे. पांढऱ्या शुभ्र आच्छादनाने आणि चंदेरीच्या मेणबत्त्यांनी रात्रीच्या जेवणासाठी टेबल सजवत असे. रिबेका ही खरीखुरी माताराणी होती. मातृसम्राज्ञीच होती. एखाद्या पक्ष्याचं उडणंदेखील तिच्या नजरेआड घडणं शक्य नव्हतं. म्हणूनच तर काव्यवाचनाच्या कार्यक्रमासंबंधी तिला कळू न देणं आमच्यासाठी अवघड होतं.
- का बरं? त्यांना एन्वर रीगन आवडत नसे?
- माझ्या बाळा, आम्ही अशा एका समाजगटाचे घटक होतो, ज्याच्याबद्दल त्या काळात अनेकांच्या मनात आक्षेप होते. आम्ही काही वाईट न करताही आम्हांला अपराधी मानलं जाऊ शकत होतं. आणि अशा परिस्थितीत मुद्दाम जाऊन एका साम्यवादी कवीच्या कविता ऐकणं म्हणजे कळस होता. जरा विचार कर.
- मॅडम रोझेला, ते नाट्यगृह नक्की कुठे होतं?
- तेपेबसीमध्ये एक मोठी बाग होती. तिथून खाली गोल्डन हॉर्नचं पात्र दिसत असे. त्या बागेत ते नाट्यगृह होतं. नंतर मी असंही ऐकलं की, ते बरेचदा जाळलं गेलं आणि मला त्याचं वाईटही वाटलं होतं. कालांतराने ते पाडण्यात आलं.
- मला खातरीने वाटतं की आता तिथे वाहनतळ बांधलाय.
- त्याबद्दल मला माहीत नाही. पियानोची शिकवणी संपल्यानंतर लिनेट आणि मी तोकाथ्यानला नाश्त्यासाठी भेटणार होतो. तिथून पुढे तेपेबसीला जायचं ठरलं होतं. त्या दिवशी शिकवणी सुरू

असताना मला जाणवलं की, मिस रेंगिन उदास आहे. खरं तर ती एक आकर्षक युवती होती. कानापर्यंत कापलेले दाट काळेभोर केस, छोटंसं नाक, मोठे काळे डोळे आणि निमुळती मान यामुळे ती त्या वेळच्या फॅशनेबल फ्रेंच स्त्रियांसारखी दिसत असे. पण मी म्हटलं तसं त्या दिवशी ती वेगळीच दिसत होती. शिकताना मन एकाग्र करणं तिला जमत नव्हतं आणि लक्ष नसल्याने ती वाटेल तशा सुरावटी वाजवत होती. वाजवताना मध्ये अचानक ती थांबली आणि रडू लागली... मी तिला कारण विचारलं तेव्हा एक शब्दही न बोलता ती उठली आणि तिच्या मेजाच्या खणातून एक घड्या घातलेला कागद तिने काढला.

- पत्र?
- एन्वहर रीगनने तिला लिहिलेलं. त्यात त्याने लिहिलं होतं की, त्यांच्यात जे काही होतं ते आता संपलंय आणि त्याबाबत जराही आशा न बाळगणं हेच तिच्या हिताचं ठरेल. त्याने कारणही दिलं होतं. तो दुसऱ्या स्त्रीच्या प्रेमात पडला होता. त्यामुळे यापुढे अन्य कोणाही स्त्रीविषयी त्याला काही वाटणं शक्य नव्हतं. एक स्त्री म्हणून मला मिस रेंगिनविषयी सहानुभूती वाटली. मात्र इतर माणसांचा आत्मा आपल्या काव्याने उजळणारा एक कवी इतका स्वार्थी आणि आत्मकेंद्रीत कसा असू शकतो, असा विचार त्यावेळी क्षणभर देखील माझ्या मनात आला नाही.
- कलाकार कसे वागतील काही सांगता येत नाही.
- वरकरणी तरी तसंच वाटत होतं. त्या बिचाऱ्या मुलीची समजूत काढण्याचा मी खूप प्रयत्न केला. नंतर मी लिनेटला भेटले. मिस रेंगिनच्या निराश मनोवृत्तीचा परिणाम झाल्यामुळे माझंही अंत:करण जड झालं होतं. उन्हाळा सुरू होता. त्या दिवशी बराच उकाडा जाणवत होता. भराभर चालत नाट्यगृहापाशी पोहोचेपर्यंत आम्ही घामाघूम झालो होतो. आत बरीच गर्दी होती. समाजाच्या सगळ्या स्तरांतली माणसं तिथे होती. ठिगळं लावलेली जाकीटं आणि मळके जोडे घातलेले गरीब कष्टकरी एका बाजूला होते, तर दुसऱ्या बाजूला गॉगल्स परिधान केलेले उच्चविद्याविभूषित स्त्री-

पुरुषही होते. नाट्यगृहाच्या सज्ज्यातून येणारा अत्तराचा सुगंध संपूर्ण सभागृहात दरवळत होता. एक परीने हे सारं विनोदी होतं. श्रीमंत घराण्यांमधल्या मुलींना कवितेत रस होता... पण त्यांना सामान्य माणसांमध्ये मिसळायचं नव्हतं म्हणून त्या खाली उतरणार नव्हत्या.

- त्याही एन्वहर रीगनच्या कविता ऐकायला आल्या होत्या का?
- होय. त्यांच्यापैकी बऱ्याच जणी. म्हणजे, हे मला नंतर समजलं की त्याच्या स्त्री-चाहत्यांमुळे त्याच्याच पक्षातल्या लोकांनी त्याच्यावर गंभीर टीका केली होती. काही मत्सरग्रस्त लोकांनी तर असाही आरोप केला होता, की तो एक लफंगा आहे. क्रांती, परिवर्तन साध्य करण्याकरता झटणं वगैरे हे त्याचं ढोंग आहे. खरं तर उच्चभ्रू बुर्ज्वा समाजातल्या शिष्ट स्त्रियांना आकर्षित करण्यासाठी तो हे सारं करतो. नंतरच्या काळात हे मत्सरी लोक आपला हेतू साध्य करण्यात काही अंशी सफलही झाले.
- थोडक्यात, तुम्हांला असं म्हणायचंय की ते एक उत्सवमूर्ती होते खरोखर...
- हो. खरा नायक! ... त्याने सर्वांत शेवटी कविता वाचल्या. तो व्यासपीठावर येण्याची वाट पाहत सर्व श्रोत्यांनी आपले खास रोखून धरले होते. लिनेट आणि मी सज्ज्यात आपापल्या जागी बसलो होतो.
- उच्चभ्रू वर्गाबरोबर...
- अर्थातच. पण आम्हांला चांगली जागा मिळाली होती. एन्वहर रीगन मंचावर आला, त्या वेळी सज्ज्यातून एकाच वेळी एकच निःश्वास उमटला. आधी त्याने छोटं भाषण केलं. हिटलरचा पराभव अटळ आहे असं तो म्हणाला, त्या वेळी श्रोत्यांनी टाळ्यांचा प्रचंड कडकडाट केला.
- अच्छा! म्हणजे अखखं नाट्यगृहच उचललं...
- नाट्यगृह उचललं? म्हणजे काय मुली?
- म्हणजे त्यांनी प्रेक्षकांना अस्मानातच पोहोचवलं?
- म्हणजे? कसं काय?

- म्हणजे मला असं म्हणायचंय की, प्रेक्षकांनी त्यांना प्रचंड प्रतिसाद दिला, दाद दिली.
- मला हे शब्द टिपून ठेवले पाहिजेत. खरंच हे इतकं मजेदार होत चाललंय.
- हवं तर मी तुम्हांला लिहून देते, मॅडम रोझेला! तुम्ही न थांबता फक्त गोष्ट सांगा पाहू.
- त्यानंतर त्याने आपल्या काही लोकप्रिय कविता वाचल्या. त्याचा मधुर आवाज अंत:करणाचा ठाव घेत होता. तो त्याची शेवटची कविता वाचत असताना एक अद्भुत गोष्ट घडली. माझी स्मरणशक्ती सध्या साथ देत नसल्यानं नेमकी कोणती कविता होती ते नाही आठवत. पण ज्या वेळी तो आभाळासंबंधीची काहीतरी ओळ वाचत होता, त्या वेळी त्याने मान वर उचलली आणि आमची नजरानजर झाली.
- इतक्या सगळ्या लोकांमध्ये?
- होय. काही क्षण आम्ही एकमेकांना पाहत राहिलो... काही सेकंदच फक्त... त्याने कविता वाचणं थांबवलं आणि तो माझ्याकडे एकटक बघत राहिला. तो थेट माझ्या डोळ्यांत बघत होता. त्यानंतर त्याने आपलं लक्ष पुन्हा कवितेकडे वळवलं. हाताची जोरदार हालचाल करत आपला स्कार्फ त्याने एका बाजूला उडवला आणि कवितावाचन सुरू ठेवलं. जणू मधली स्तब्धता ही त्या समग्र नाट्याचाच एक भाग होती.
- काय घडलं हे लिनेटच्या लक्षात आलं का?
- मला नाही वाटत. असं काहीतरी घडलं असल्याची शंकाही तिच्या मनात आली नसावी.
- मग समारंभ संपल्यावर तुम्ही काय केलं?
- आम्ही बेयोग्लूमध्ये खरेदी करायचं ठरवलं होतं. लिनेटला स्वत:साठी चामड्याचे हातमोजे घ्यायचे होते. आम्ही दोन दुकानं पाहिली पण रविवार असल्यामुळे ती बंद हाती. आम्ही शेवटी ज्या दुकानात गेलो, तिथे बरीच गर्दी होती. मी दुकानाच्या बाहेर थांबणंच पसंत केलं आणि लिनेटची वाट पाहू लागले. तिला मी

चांगलीच ओळखत होते. हातमोजे घालून पाहून खरेदी करायला तिला पंधरा मिनिटं तरी लागलीच असती. हे ठाऊक असल्याने मी रस्त्याच्या दुसऱ्या बाजूला गेले आणि एका दुकानाच्या काचेतून दिसणाऱ्या ध्वनिमुद्रिका पाहू लागले. एका कोपऱ्यात मला तान्या एश्केनाजची ध्वनिमुद्रिका दिसली. तिच्याविषयी मला कुतूहल होतं. दुकानातला ग्रीक विक्रेता तिची किंमत जरा जास्तच सांगत होता. मी घासाघीस करायला सुरुवात करणार, तेवढ्यात कोणीतरी मला माझ्या नावाने हाक मारली.

- आणि?
- कोणी हाक मारली ते बघण्यासाठी मी वळले. तर तिथे तो होता, एन्वर रीगन, दारात उभा होता. ''रोझेला गलांते?'' त्याने खातरी करून घेण्यासाठी पुन्हा विचारलं.

मी म्हटलं, ''होय. मीच ती...''

''मी एन्वर रीगन'' तो हसत बोलला. ''आपण मिस रेंगिनकडे भेटलो होतो. आठवतंय?''

''अर्थातच'' मी सहजपणे म्हटलं. ''आत्ताच आम्ही नाट्यगृहात तुमचं काव्यवाचन ऐकलं.''

''माहीत आहे,'' तो म्हणाला आणि हसला. ''तुम्हांला आवडलं का?''

''मला कविता स्वत: वाचणं अधिक आवडतं. पण तरीही खरंच खूप छान होतं. स्त्रियांना खूपच भावलं.''

''आणि तुम्हांला?''

''मला?''

''तुम्हांला आवडलं का?''

''ते महत्त्वाचं आहे का?'' मी विचारलं आणि हातातल्या ध्वनिमुद्रिकेवर माझं अधिक लक्ष आहे असं नाटक करत राहिले.

''माझ्यासाठी ते किती महत्त्वाचं आहे हे सांगितलं, तर तुमचा विश्वास बसणार नाही.''

''ठीक आहे. तर मग, हो, मला आवडलं.''

''तुमच्या उत्तराने मला फार आनंद वाटला.''

‘‘मलाही आनंद वाटला.’’

‘‘कदाचित आपण परत भेटू,’’ तो म्हणाला. पण त्याच्या आवाजात जराही आत्मविश्वास जाणवत नव्हता.

‘‘कदाचित,’’ मी अगदी शांतपणे म्हटलं.

‘‘तर मग कृपया ही ध्वनिमुद्रिका मला विकत घेऊ द्या, तुमच्यासाठी भेट म्हणून.’’ त्याने शेवटचा प्रयत्न केला.

‘‘हरकत नाही,’’ मी म्हटलं, ‘‘पण खरंच त्याची गरज नव्हती.’’

- मॅडम रोझेला! तुम्ही तर थोर उस्तादच आहात!
- तर... पाच मिनिटांनी मी जेव्हा ध्वनिमुद्रिका घेऊन दुकानातून बाहेर पडले, तेव्हा मी पाहिलं की लिनेट मला शोधत होती. ‘‘काय झालं?’’ तिने मला विचारलं कारण वस्तुस्थिती अशी होती की माझे गाल लाल झाले होते.
- मग तुम्हांला परतीची बोट मिळाली का?
- मिळाली. मी बोटीत पाय ठेवला आणि मला असं वाटायला लागलं की मी एका मोठ्या धोक्यातून अलगद निसटले आहे. किंवा एखाद्या अरिष्टातून वाचले आहे. आम्ही इस्तंबूल मागे टाकलं, त्या वेळी माझ्या मुलीशिवाय मला दुसऱ्या कोणाचाही विचार करायचा नव्हता.

१३

- मॅडम रोझेला, आज मला कोणत्याही विषयावर बोलण्याची इच्छा नाहीये.
- का बरं? नाराज आहेस का?
- जर... आजची माझी पाळी मी तुम्हांला दिली तर?
- तुझ्या वडलांचा काही संबंध आहे का?

- थोडासा
- तुमचं भांडण झालं?
- नाही. आम्ही एकमेकांशी बोलतच नाही तर भांडणार कसे?
- मग झालंय तरी काय?
- सर्किस
- सर्किस, तो हलवाई?
- होय.
- त्याच्याविषयी काय आता? तू इथं येतेस हे तू तुझ्या वडलांना कळवलं होतंस का? पण मुली, शांत हो. यात काहीही चुकीचं नाहीये. तू तुझ्या वडलांना फक्त एवढंच सांग की तू एका वृद्ध महिलेला मदत करतेयस. तेही सेवाभावी वृत्तीने. मला नाही वाटत की तुझ्या वडलांचा या गोष्टीला काही विरोध असेल.
- ...
- पेलीन, माझ्या बाळा, हवं तर मी तुझ्या वडलांशी बोलू शकते.
- मॅडम रोझेला, माझ्या वडलांचा प्रश्न नाहीये. स्वत: सर्किस हीच एक समस्या आहे.
- त्याने काही अनुचित प्रकार केला का?
- काल त्याने मला रस्त्यात अडवलं.
- कसं काय?
- मी वसतिगृहातून महाविद्यालयात निघाले होते आणि तो एकदम माझ्या समोरच आला. हातात एक फुलांचा गुच्छ घेऊन. रानफुलांचा.
- आहा!
- त्याने मला फुलं दिली आणि म्हणाला की त्याचं माझ्यावर प्रेम आहे.
- बघ! मी तुला म्हटलं नव्हतं?
- आणि तेही वसतिगृहाच्या अगदी समोर... मला ते सारं किती मूर्खपणाचं वाटत होतं याची तुम्ही कल्पनाही करू शकणार नाही.
- मग तू काय म्हटलंस?

- मी म्हटलं की, हा मूर्खपणा थांबव... आणि त्याला सांगितलं की, मला कोणताही त्रास न देता तुझं हेरगिरीचं काम चालू ठेव.
- त्या वेळी तुझा सूर कसा होता?
- कठोर.
- खूप कठोर?
- मला वाटतं, मी जरा ओरडूनच बोलले.
- आणि ती फुलं?
- मी ती घेतली आणि खाली जमिनीवर फेकून दिली.
- तो दुखावला गेला असणार, बिचारा!
- मॅडम रोझेला, कधी कधी ना मला तुमचं वागणं कळतच नाही.
- का बरं?
- तुम्हांला त्या येडपट माणसाचा कळवळा का येतोय?
- आणि मला हे कळत नाहीये की तू का इतकी चिडलीयस? म्हणजे मला असं म्हणायचंय की, तुझ्यावरच्या प्रेमाची कबुली देणारे आणखीही पुरुष तुझ्या आजूबाजूला आहेतच की, एखादा जास्त एखादा कमी. काय फरक पडतो?
- नाही. तसं नाहीये ते.
- मग कसं आहे तर? त्याला अधिकार नाहीये का? त्या... अॅलेक्सीसारखा? किंवा तो ग्रीक माणूस कोण?
- दिमित्री.
- हां, त्याला त्या दिमित्रीसारखा स्वत:चं नशीब आजमावण्याचा अधिकार नाहीये?
- आहे का त्याला?
- का नाहीये? तो इतरांसारखा श्रीमंत नाहीये म्हणून?
- काय हे मॅडम रोझेला? तुम्हांला मी अगदी अनोळखी असल्यासारखंच बोलताय.
- मुली, आपल्याला एकमेकींविषयी बऱ्याच गोष्टी माहीत नाहीयेत याबद्दल खातरी आहे माझी. आपली काही अनेक वर्षांची मैत्री नाहीये.
- पण तुम्हांला माझी नेमकी समस्या काय आहे ते ठाऊक आहे

ना? सर्किस माझ्या वडलांचा माणूस आहे. पैसे देऊन नेमलेला हेर...

- अगदी खरंय ते. पण आता त्याच्यासाठी ते काम करत राहणं कठीण होईल.
- तसंही तो करणारच नाहीये.
- नाही? कसं?
- त्याने मला सांगितलं की त्याने ते काम सोडलंय.
- माझा विश्वासच बसत नाहीये.
- खिडकीतून बाहेर बघा बरं.
- होय. मला बघू दे... ओह! तो खरंच तिथे नाहीये. अरेरे! त्याच्या त्या कोपऱ्यात उभं राहून वाट पाहण्याची किती सवय झाली होती आपल्याला.
- तुम्ही काळजी नका करू. मी खातरीने सांगते की लवकरच एखादा नवा हेर दिसेल आपल्याला.
- मग तू त्यालाही तुझ्या प्रेमात पाडू शकशील आणि अशीच स्वत:ची सुटका करून घेऊ शकशील.
- तुम्ही विनोदीच आहात, मॅडम रोझेला!
- आणि तू अगदी विलक्षणच आहेस. खरंच! केवळ एवढ्याशा गोष्टीमुळे तू नाराज होतीस?
- आणि माझे वडील मला वेड्यासारखे फोन करतायत. सध्या मला माझ्या सेलफोनचा आवाज कायम बंद ठेवावा लागतोय. मी इथून निघाले की मी पाहीन आणि बहुधा मला पाचशे तरी अनुत्तरित कॉल दिसतील.
- त्यांना बहुतेक तुझी काळजी वाटत असणार.
- अलीकडे सर्किसने आपलं काम लक्षपूर्वक केलं नसावं, असं वाटतंय. थांबा, थांबा! मॅडम रोझेला, मला एक युक्ती सुचलीय.
- कोणती?
- मी जर सर्किसला सांगितलं की, माझ्या वडलांना खोटी माहिती दे तर तो मला नाही म्हणू शकणार नाही. आता आणखी काही नको. शिवाय त्याचाही त्रास वाचेल. त्याने फक्त गोष्टी रचून

सांगायच्या. उदाहरणार्थ, आज कुमारी पेलीन शहरातल्या मत्स्यालयात मासे पाहायला गेल्या होत्या... कोणतेही आकर्षक प्रसंग नकोत... बस्स!

- तू खरंच असं करायचं म्हणतेयस? नाही ना?
- का नाही? मला तर ही कल्पना चांगली वाटतेय.
- मुली, त्या तरुण माणसाच्या तुझ्याविषयीच्या भावनांचा तू गैरफायदा घेणार आहेस का?
- होय. तसंच काहीसं नाही का?
- काहीसं?
- मग त्यात काय झालं? त्याचं जर माझ्यावर प्रेम असेल, तर त्याने त्याची किंमत द्यायला हवी.
- अग मुली, तुला कदाचित त्याविषयी आदर नसेल, पण प्रेम ही काही अशी भावना नाही की जिला कस्पटासमान मानून तिचा तिरस्कार करावा. मी अशा काही स्त्रिया पाहिल्यायत, ज्यांनी नाझींचा छळ सहन केला कारण त्यांना आपल्या प्रियकराची माहिती द्यायची नव्हती. मी असे काही पुरुष पाहिले आहेत, ज्यांनी आपल्या प्रेयसींना सीमा पार करून पळून जाता यावं यासाठी सर्वस्वाचा त्याग केला आणि त्यांचा शेवट छळछावणीत नाही तर मृत्युगृहात झाला. मी अशा स्त्रियांशी बोलले आहे, ज्या लेनिनग्राड वेढ्याच्या वेळी आपल्या प्रिय व्यक्तीसोबत राहावं यासाठी लष्करी खंदकांकडे धावल्या. तू ज्याचा उपहास करतेस त्या प्रेमाचे अतिशय प्रगल्भ असे पैलू माझ्या या वृद्ध डोळ्यांनी पाहिलेत. म्हणून तुझं म्हणणं समजून घेणं मला कठीण जातंय. म्हणून कृपा करून या बाबतीत तू मला माफ कर.
- ...
- ...
- ...
- ...
- मॅडम रोझेला, मी एक भयंकर माणूस आहे.
- नाही.

- मी आहे... जीवनात कशाविषयीही मला आदर वाटत नाही.
- असं म्हणू नकोस, मुली. एकदम टोकाला जाऊ नकोस. तू फक्त दुखावली गेली आहेस. इतर कोणाही सारखी, आपल्यापैकी कोणाही प्रमाणे... मला असं म्हणायचंय की झेल्दासारखी किंवा माझ्यासारखी तूही जखमी झाली आहेस.
- नाही, मॅडम रोझेला! तुम्ही ज्या सगळ्या प्रसंगांतून गेलात...
- प्रत्येक व्यक्तीचं आयुष्य हे त्याच्यासाठी किंवा तिच्यासाठी विलक्षणच असतं, मुली. मग ते ॲडॉल्फ हिटलरमुळे असो अथवा एखाद्या आईमुळे... आपले घाव आणि जखमा कायम आपल्याला वेदना देत राहतात.
- मॅडम रोझेला, हे असं नसतं तर किती बरं झालं असतं!
- मग? तो सर्किस देखणा आहे का?
- अरे! काय हे? कृपया...
- तर काय? आपण आपल्या आयुष्याविषयी रडत बसायचं का? सतत स्वत:ला अन्यायाचा बळी मानून वावरत राहणं खरं नाही हे तुला कळतंय का? तरुण मुली, हा तुझ्या आयुष्याचा सुवर्णकाळ आहे. विश्वातली सगळ्यांत मौल्यवान गोष्ट तुझ्यापाशी आहे... तुझं तरुणपण. माझ्यापाशी जर काही उत्कृष्ट गुणधर्म असेल, तर तो हाच की, मी कधीच बळीच्या भूमिकेत वावरले नाही.
- मला माहीत नाही मॅडम रोझेला, कदाचित तुमचं बरोबर असेल.
- खरंच गंभीरपणे विचारतेय, सर्किस दिसायला कसा आहे?
- तुम्ही त्याला खिडकीतून अनेकदा पाहिलंय, नाही का?
- मुली, अठ्ठ्याऐंशी वर्षांच्या वृद्ध स्त्रीनं पन्नास यार्ड अंतरावरून सगळे बारकावे बघावेत अशी अपेक्षा तू करू नयेस. त्याचा चेहरा कसा आहे हे जाणून घेण्यात मला रस आहे.
- त्याचं रूप तेवढंसं आकर्षक नाहीये.
- म्हणजे?
- तो दिसायला अगदी सर्वसाधारण आहे. छोटे काळे केस, काळे डोळे, छोटंसं नाक...

- तुझ्याशी बोलताना तो कोणत्या भाषेत बोलतो?
- टर्किश... म्हणजे त्याने आधी फ्रेंच बोलायला सुरुवात केली आणि मग तो टर्किशकडे वळला.
- मग तो नक्कीच इस्तंबूलमधला आर्मिनियन वंशाचा असणार. बुयुकादामध्ये मी बऱ्याच आर्मिनियम लोकांना भेटले आहे. माझी एक विनंती आहे. जोपर्यंत तो तुला काही त्रास देत नाही, तोपर्यंत त्या तरुण माणसाचं मन दुखवू नकोस. तोही त्याच्या घरादारापासून खूप दूर राहातोय, हे उघड आहे.
- आणि तसंही मी काय करू शकते, मॅडम रोझेला? मी काय जाऊन त्याच्या पेस्ट्रीच्या दुकानावर धाड टाकणार आहे का?
- मला खरंच माहीत नाही. तू काहीही करू शकतेस.

१४

- ही १९९९ सालची फ्रेंच ओपन आहे. हो ना?
- होय मुली! शाब्बास!
- कोणती वहिनी?
- मला नाव नाही माहीत. एका वर्तुळामध्ये झेड हे अक्षर असं चिन्ह येतं.
- नवल आहे. मला नव्हती माहीत.
- उन्हाळ्यात मी जेव्हा वाहिन्या धुंडाळत होते, तेव्हा अचानक सापडली. तिच्यावर रोज टेनिसचा एक अंतिम सामना दाखवतात, पूर्वी झालेला. तुला हा सामना आठवतोय?
- नक्कीच. शेवटी स्टेफी ग्राफ जिंकेल आणि मार्टिना हिंगीस तिच्या आईला मिठी मारून रडेल.
- खरंच? मी ते विसरले होते.

- हो आणि पुरस्कार वितरणाच्या समारंभातही ती अशी रडतरडतच जाईल.
- कशी?
- अशी... एखाद्या लहान मुलासारखी.
- वा! वा! तुझ्याजवळ नकला करण्याचं चांगलं कौशल्य आहे.
- पाहा हं. मी बढाई मारत नाहीये. पण खरंच आहे, मॅडम रोझेला.
- म्हणजे?
- म्हणजे तुम्ही म्हणालात ते बरोबर आहे. थोडंसं.
- आणखी कोणाची नक्कल करू शकतेस तू?
- माझे वडील, उदाहरणादाखल.
- खरंच? आता करशील? कर ना! ...
- हे बघ मुली, तुझ्या भविष्याचा विचार करणं ह्याला मी प्राधान्य देतो. अगदी तुझ्याशिवाय तो करावा लागला तरी...
- फारच छान!
- तुम्हांला आवडली?
- तुझे वडील असंच बोलतात का तुझ्याशी?
- विशेषत: जेव्हा त्यांची प्रेयसी जवळपास असते ना, तेव्हा. ज्या वेळी फक्त ते आणि मी असतो, त्या वेळी मात्र ते चारचौघांसारखे मानवी वाटतात.
- बाकी ग्राफ खरोखरच चांगली खेळतेय.
- तुम्हांला हवं तर पुढच्या वेळी मी माझा लॅपटॉप घेऊन येईन. यू ट्यूबवर तुम्हांला जो हवा तो अंतिम सामना आपण शोधू शकतो.
- काय असतं ते?
- आंतरजालावरचं ते एक संकेतस्थळ आहे. त्यामध्ये सर्व प्रकारच्या गोष्टी आपण पाहू शकतो.
- त्यात कोणत्याही उपद्रवकारक गोष्टी नसतील याची तुला खातरी आहे का?
- तिथे तशी एकही गोष्ट नाही. म्हणजे निदान माझ्या तरी पाहण्यात आलेली नाही.

- दुर्दैवाने मला आंतरजालाविषयी काहीच माहिती नाही.
- काही हरकत नाही. मी तुम्हांला शिकवीन.
- नक्की?
- अगदी नक्की. इस्तंबूलमध्ये असताना तुम्ही तिथे टेनिस खेळू शकत होतात का?
- मला आठवत नाही गं.
- म्हणजे? असं कसं?
- मी म्हटलं नाही का? काही विषयांसंबधी माझ्या स्मरणात मोठ्या पोकळी आहेत. टेनिस हे त्यांपैकीच एक आहे.
- पण इतर सगळ्या गोष्टी तुम्हांला चांगल्या आठवतायत असं दिसतंय.
- सगळ्या नाही, बाळ. मी खूप प्रयत्न केला, तरी बऱ्याच गोष्टी मला मुळीच आठवत नाहीत.
- म्हणजे कोणत्या?
- उदाहरणादाखल... साबायच्च्या जेवणात रिबेका बनवत असलेल्या बिमोइलोस द पटाटा, होरेसी आणि शरोप, या पदार्थांच्या चवी आठवल्या असत्या, तर मला आवडलं असतं. आम्ही जेवताना मारलेल्या गप्पा, ज्यांची सुरुवात माझ्या संदर्भात अशिष्टपणाची होऊ नये म्हणून फ्रेंच भाषेत होत असे आणि पुढे त्या लेदिनोमध्ये चालत; आणि हेही की पाच वर्षांत तान्या कशी वाढली? ती बहुधा काहीतरी शिकत असावी आणि रोज थोडी थोडी बदलत असावी.
- सध्या कुठे आहे ती?
- तान्या?
- म्हणजे मला विचारायचंय की ती आता हयात नाहीये का?
- देवाच्या कृपेने ती छान आहे. काळजीचं कारण नाही. आणि मला जितकं माहीत आहे, त्यानुसार ती अगदी निरोगी आणि आनंदी आहे. तिने एका अमेरिकन माणसाशी लग्न केलं आणि ती न्यूयॉर्कला गेली. तिला दोन मोठी मुलं आहेत. त्यांपैकी एक डॉक्टर आहे.

- तुमची वारंवार भेट होत नाही, असं दिसतंय.
- आल्दोच्या अंत्यविधीसाठी ते आले होते ते शेवटचं. त्या वेळी मी माझ्या नातवंडांना शेवटचं पाहिलं.
- मला आशा आहे की तुमच्या नात्यात तसं दुरावलेपण किंवा अन्य काही नसावं.
- ती अमेरिकेला गेल्यानंतर आमच्यातलं भावनिक अंतर हळूहळू थोडं थोडं वाढत गेलं. तिचा नवरा फार चांगला माणूस आहे. त्याचं कुटुंब मूळचं जर्मनीतलं. पण त्यांनी अमेरिकेत आसरा घेतला. मी त्यांच्याबरोबर राहावं यासाठी सुरुवातीला त्याने खूप आग्रह धरला होता. पण तान्याला ते नको होतं हे मला माहीत होतं. म्हणून मी त्याचा प्रस्ताव नाकारला.
- खरंच तिला तुम्ही तिथे नको होतात का?
- आतासुद्धा तिला ते नकोय.
- पण का?
- धीर धर मुली. मी जर आताच उत्तर दिलं तर माझी गोष्ट उत्कंठावर्धक राहणार नाही. राहील का?
- बरोबर. मला खूपच उत्सुकता लागून राहिलीय.
- ते ऑगस्ट महिन्याचे शेवटचे दिवस होते. येऊ घातलेल्या हिवाळ्याची चाहूल जाणवत होती.
- खरंच! तुमची ही सुरुवात करण्याची पद्धत मी कायम चूषत असते.
- चूषत?
- मॅडम रोझेला, तुम्ही सांगत राहा. मी ऐकत्येय तुमचं.
- आमच्या कुटुंबाने इस्तंबूलला परतायची तयारी सुरू केली होती. त्या वेळी मला दोन वेळा इस्तंबूलला जावं लागत असे. मिस रेंगिनच्या शिफारशीमुळे मी तिच्या मैत्रिणीच्या बहिणीला शिकवण्यासाठी सिसलीलाही जात होते.
- मिस रेंगिन त्या दुःखाच्या कटू आठवणींतच होती का?
- आपण त्यातून बाहेर आलो आहोत हे दाखवण्याचा आटोकाट प्रयत्न ती करत होती. पण तिच्या डोळ्यांत सतत दिसणारी निराशेची छाया मला जाणवली होती. तिचं एन्वरविषयीचं प्रेम

अतिशय खोल होतं आणि हवा तो प्रतिसाद न मिळाल्याने तिला खूप त्रास होत होता.

- कदाचित त्यांनी पत्रात उल्लेख केलेली व्यक्ती कोण याविषयी तिला कुतूहलही असावं.
- किंवा कदाचित एन्वरच्या सतत बदलणाऱ्या लहरींचा तिला परिचय असावा. पण या वेळी तो गंभीर असल्याचंही तिला जाणवलं असावं आणि त्यामुळे साहजिकच तिला कुतूहल वाटत असावं.
- आणि ती दुसरी स्त्री तुम्ही होतात ना, मॅडम रोझेला?
- दुर्दैवाने होय. रविवारी मी जेव्हा एन्वरला बोटीत पाहिलं, तेव्हा माझ्या ते लक्षात आलं.
- तेही बेटावर निघाले होते का?
- छे! मुळीच नाही. तो बहुधा माझा पाठलाग करत असावा.
- अरेच्चा!
- मी बाहेरच्या बाजूला बोटीच्या कडेच्या सीटवर बसले होते आणि लाटांवरचा फेस बघत होते. माझ्या मनात त्या फेसासारख्याच भासणाऱ्या माझ्या आयुष्याचे विचार चालले होते. क्षणात दिसणारा, क्षणात नाहीसा होणारा, पुन्हा दिसणारा... आणि अचानक माझं लक्ष त्याच्याकडे गेलं. त्याने माझ्याकडे पाहून अशा तऱ्हेने हात हलवला की, जणू काही त्या वेळी तो तिथे असणं हा केवळ एक योगायोग होता. आणि मी लगेच अनुमोदनही दिलं. तो येऊन माझ्या शेजारी बसला.

  ''किती छान योगायोग आहे हा!'' मी म्हटलं. ''योगायोग नाही,'' तो म्हणाला, ''तुम्ही रेंगिनच्या घरातून बाहेर पडल्यापासून मी तुमचा पाठलाग करतोय.''

  मी विचारलं की त्याने असं का केलं आणि म्हटलं, ''मी तुम्हांला काही मदत करू शकते का?''

  ''तुम्ही माझं म्हणणं ऐकून घेऊ शकता,'' तो म्हणाला, ''मला असं वाटतंय की मी तुमच्या प्रेमात पडलोय.''

- मॅडम रोझेला, मी जर तुमच्या जागी असते ना, तर त्याच क्षणी समुद्रात उडी टाकली असती.
- कदाचित त्या वेळी तेच योग्य ठरलं असतं. अर्थात त्या सगळ्या गोष्टींमुळे माझी खुशामत झाली, हे खरंय. तू कल्पना कर की एक कवी, ज्याच्यावर अनेक स्त्रिया भाळतात आणि ज्याचं कौतुक करतात, तो तुला सांगतोय की त्याचं तुझ्यावर प्रेम आहे. तो असंही सांगतोय की त्याने पाहिलेल्या सगळ्या स्त्रियांमध्ये तू सर्वाधिक सुंदर आहेस आणि तो रोज तुला स्वप्नात पाहतो!
- आणि तुम्ही विश्वास ठेवला...
- अर्थातच मी विश्वास ठेवला. गेल्या आठवड्यात तुझ्या टीशर्टवर ज्या माणसाचा फोटो होता... काय त्याचं नाव?
- कुर्त कोबेन?
- होय. जर तो आला आणि त्याने तुला सांगितलं की त्याचं तुझ्यावर प्रेम आहे, तर तू काय करशील?
- पण तो तर मेलाय.
- पण जर तो जिवंत असेल, तर?
- तर मला असं वाटतं की मी त्याच्यासाठी मरायलाही तयार होईन.
- तेच तर. पण सुदैवाने मी मेले नाही.
- पण मग तुम्ही काय केलंत?
- आम्ही त्या वेळी मेडन टॉवरजवळून जात होतो; मी त्या टॉवरकडे पाहत अत्यंत रुबाबात सांगितलं, ''मिस्टर एन्वर माझं लग्न झालंय.''
- छान! मग, त्यावर ते काय म्हणाले?
- त्याने जणू माझं म्हणणं ऐकलंच नाही असा आविर्भाव केला. तो म्हणाला की खरं प्रेम व्यक्तीला आत्मसंयमाची ताकद देतं. त्याच्या म्हणण्यानुसार त्याला गेले काही दिवस पोलीस सतत त्रास देत होते. तो काम करत असलेल्या मुद्रणालयात रोजची त्यांची फेरी असे. पण जे प्रेम त्याच्या अंत:करणात वाढत होतं, त्याच्या शक्तीपुढे त्याला त्या कशाचीही तमा वाटत नव्हती.
- अच्छा!

– विषय बदलण्यासाठी मी म्हटलं, ''मिस रेंगिन खूप निराश झालीय.'' दुसऱ्या बाजूला आमचा हा दीड तासाच प्रवास आमच्यात कोणताही वाद उत्पन्न न होता कसा पूर्ण होईल याचाही मी विचार करत होते. ''मिस रेंगिन एक चांगली मुलगी आहे,'' आपल्या पाचूसारख्या गर्द हिरव्या डोळ्यांनी क्षितिजाकडे पाहत तो म्हणाला, ''पण तिचं व्यक्तिमत्त्व चुकीच्या हातांनी घडवलंय. त्यामुळे जीवनाकडून कसली अपेक्षा करावी हे तिला समजत नाही. तिला सगळंच करायचं असतं आणि सगळंच हवंय. आणि जेव्हा तसं घडत नाही, तेव्हा ती दुखावली जाते.'' त्याने खुलासा केला. ''पण तिचं तुमच्यावर प्रेम आहे,'' मी माझ्या शब्दांवर जोर देत म्हटलं. ''असू शकेल,'' तो म्हणाला, ''आणि माझं तुझ्यावर प्रेम आहे. माझ्या अस्तित्वाच्या प्रत्येक अंशासकट.'' मी म्हटलं, ''हे शक्यच नाही. तुम्ही मला ओळखतही नाही.'' त्यावर त्याने चढ्या सुरात म्हटलं, ''उलट माझ्या अंत:करणातली भावना त्या अशक्यतेनंच बळकट केलीय.''
– मॅडम रोझेला, मला रडावंसं वाटतंय.
– मुली, तुला हे काहीतरी विचित्र वाटू शकेल. पण त्या काळात कवी त्यांना प्रिय असलेल्या स्त्रियांशी अशा काहीबाही गोष्टी बोलत असत आणि त्या वेळी त्या कोणालाही विनोदी वाटत नसत.
– पाहा हं. तुम्ही एन्वर रीगनची बाजू मांडताय.
– मुली, मी फक्त माझ्या आठवणी जपतेय. मी माझ्या आठवणींचा आदर करते आणि इतरांनीही तो करावा अशी माझी अपेक्षा आहे. कारण माझ्या आठवणींकरता मी माझ्या याच आयुष्यात किंमत मोजलीय. वाजवीपेक्षाही जास्त किंमत.
– तुम्हांला माझा भयंकर संताप आलाय का?
– नाही. नाही आलाय.
– पण मग, तुम्ही दुखावला आहात.
– नाही. मी का दुखावली जाईन?
– मी निघावं असं वाटतंय का तुम्हांला?

- जशी तुझी इच्छा!
- पण तुम्ही म्हणत असाल तर मी थांबते.
- मी म्हटलं ना, जशी तुझी इच्छा!
- कदाचित टी. व्ही.वर आणखी काही सामनेही असू शकतील.
- मला माहीत नाही. पण तिथे रिमोट कंट्रोल आहे.
- तुम्हांला आवडेल का पाहायला?
- होय कदाचित... आता जर आपण एकमेकींसोबत वेळ घालवतोय, तर मी झेल्दाला आपल्यासाठी क्रीमी द मेंथे आणायला सांगते.
- कदाचित एखाद्या दिवशी आपण दोघी मिळून टेनिसही खेळू शकू.
- आहा! मुली, हे तू दहा वर्षांपूर्वी विचारलं असतंस, तर मी हो म्हणू शकले असते. पण आता, ही बसलेली जागा सोडून बाहेर बागेत जाणं हेसुद्धा एखाद्या चमत्कारासारखंच मानलं पाहिजे.
- खरंच आपण बागेत का जात नाही?
- कारण मुली, सध्या रोज पाऊस पडतोय.
- आज पाऊस नाहीये... खरंच! तुम्हांला आवडेल का बाहेर जायला?
- धन्यवाद मुली, पण नको. कदाचित पुढच्या वेळी... तुझ्या टेनिस खेळण्याच्या प्रस्तावावरून आठवलं, टेनिसपटू म्हणून विजेतेपदाचा अंतिम सामना खेळणं हे माझं सर्वांत मोठं स्वप्न होतं. विम्बल्डनचा असं नव्हे हं. एखाद्या छोट्या नवोदित खेळाडूंच्या स्पर्धेतही मला चाललं असतं. माझ्या कल्पनेच्या राज्यात टेनिसच्या मधल्या नेटशेजारी चषक ठेवलेला असे आणि माझ्या प्रतिस्पर्ध्याला हरवताना मी त्याच्याकडे एक नजर टाकत असे. मोठ्या मोठ्या आकांक्षांना आपल्या आयुष्यात स्थान न देणाऱ्या रोझेलाची ही एकमेव महत्त्वाकांक्षा होती. टेनिसच्या विजेतेपदाचा एक अंतिम सामना...
- आणि एन्वर रीगनचं काय? त्याच्याबद्दल तुम्हांला काय वाटत असे?
- प्रेम...

- तीव्र आकर्षण?
- मला खातरीपूर्वक नाही सांगता येणार. सर्वसाधारण कवींच्या स्वभावधर्मानुसार एन्वर रीगन प्रेमासाठी वेडा झालेला होता.
- मी मात्र जर्मन शिस्तीच्या शैलीनुसार माझ्या भावना ताब्यात ठेवायला शिकले होते. आणि खरं सांगायचं तर मी तसं केलं नसतं, तरीही त्या वेळी माझ्या खऱ्या भावना मोकळेपणाने अनुभवणं मला शक्यही झालं नसतं.
- पण तुम्ही हळूहळू त्यांच्यामुळे प्रभावित होत होतात असा माझा अंदाज आहे.
- अगदी सुरुवातीला मला त्याची माझं कौतुक करण्याची पद्धत आवडली आणि त्या प्रशंसेमुळे मला खूप आनंद झाला. माझ्या पतीविषयीच्या माझ्या निष्ठेबद्दल माझ्या मनात शंका नव्हती. पण अखेर मी अगदी तरुण होते. आणि एखाद्या पुरुषाने आपल्यावर आदरयुक्त प्रेम करावं यामुळे मी प्रसन्न झाले होते. लवकरच आम्ही गलाटामधल्या आमच्या कुटुंबाच्या निवासस्थानी परत आलो. तिथे मला त्याचं एक पत्र मिळालं. एकोणिसाव्या शतकातल्या लोकप्रिय नायकप्रधान कादंबरीत घडावं, तसं ते पत्र माझ्या खिडकीसमोर ठेवलेलं होतं. त्या पत्रात एन्वरनं लिहिलं होतं की, दोन दिवसांनी तो हेबेलियादामध्ये एका आरोग्यधामात राहत असलेल्या आपल्या मित्राला भेटायला जाणार होता. आणि मी त्याच्यासोबत जाऊ शकले असते, तर त्याला आनंद झाला असता. त्याच्या सांगण्यानुसार त्याच्या त्या मित्राचा मृत्यू समीप होता आणि माझ्यासारख्या दैवी व्यक्तीला भेटून कदाचित त्याच्या मनात जगण्याची इच्छा उत्पन्न झाली असती.
- खूपच धाष्ट्र्याची सूचना
- त्या रात्री माझा डोळ्याला डोळा लागला नाही. ते जेमतेम सात-आठ ओळींचं पत्र मी पुन्हा पुन्हा वाचलं. त्याचं निमंत्रण स्वीकारावं की नाही याचा निर्णय घेण्याचा प्रयत्न केला... म्हणजे, येनकेनप्रकारेण एका विवाहित स्त्रीनं एका अविवाहित पुरुषासोबत

प्रवास करणं आणि गप्पागोष्टी करणं अनुचितच मानलं गेलं असतं. शेवटी अशा प्रकारची वर्तणूक मी नक्की करणार नाही असा निर्णय मी घेतला आणि शांत मनाने झोपी गेले. पण तरीही दुसऱ्या दिवशी सकाळी मी पाहिलं की मला पियानोच्या शिकवणीसाठी मोदाला जावं लागणार असल्याचं मीच माझ्या सासूला सांगत होते.

– मग तुम्ही कसे भेटलात?

– पत्रात त्याने लिहिलं होतं की, तो बोटीने जाणार आहे. जाताना संपूर्ण प्रवासात आम्ही एकमेकांना अपरिचित असल्यासारखे वागलो. जणू योगायोगाने शेजारीशेजारी बसलेले दोन प्रवासी. मी सोबत आणलेली फ्रेंच कादंबरी वाचत होते आणि तो खिशातून एक छोटी वही काढून काहीबाही लिहीत हेता. त्याच्याशेजारी असताना मला अगदी शांत आणि निवांत वाटत होतं. इस्तंबूलला आल्यापासून प्रथमच मी ही भावना अनुभवत होते. मी त्या शहराचाच एक भाग असल्यासारखं मला वाटू लागलं. संपूर्ण प्रवासात आम्ही फक्त एकदाच बोललो. दुरून एखाद्या खोगिराच्या पिशवीसारख्या दिसणाऱ्या हेबेलियादा बेटाची ठळक छायाकृती आकाशाच्या पार्श्वभूमीवर दिसू लागली, तेव्हा त्याने अचानक मान वर केली. माझ्या डोळ्यांत बघितलं आणि म्हणाला, ''सर्वत्र अनिश्चितता आहे. कुण्या अपरिचित परमेश्वराची निर्मिती असलेलं हे विश्व ही एक हिकमती अनिश्चितताच आहे. आपलं अस्तित्व संपवण्यासाठी, असणं थोपवण्यासाठी त्याच्या निर्णयाची वाट पाहावी लागेल असं दिसतंय.''

– त्या क्षणी तो लिहीत असलली कविता?

– असू शकेल. खरं म्हणजे त्या वेळी तो ते मला उद्देशून म्हणत होता की स्वप्नातल्या एखाद्या काल्पनिक व्यक्तीला हे मी समजू शकले नाही. पण मी शिष्टाचार अंगी बाणलेली तरुणी असल्यामुळे कवीला त्याच्या म्हणण्याचा भावार्थ विचारणं योग्य झालं नसतं... मी फक्त नम्रतेने हसले. मग आम्ही ज्याला भेटायला जात होतो, त्या मित्राविषयी सांगायचं त्याने ठरवलं, ''माझा प्रिय मित्र, रुस्तु, एक उत्तम कवी आहे.'' तो म्हणाला, ''झोंगुलदाकसारख्या

गावातल्या शिक्षकाचा तो मुलगा. काही वर्षांपूर्वी क्षय झाल्यामुळे त्याला महाविद्यालयातलं शिक्षण थांबवावं लागलं. शिक्षण सोडून त्याने सरकारी अर्थखात्याच्या आयकर विभागात कारकुनाची नोकरी पत्करली. काही महिन्यांपूर्वी त्याचा आजार बळावला, तेव्हा मी आणि आमचा एक मित्र, आमच्या आग्रहामुळे तो हेबेलियादामधल्या आरोग्यधामात आला. या तरुण माणसाने अतिशय दारिद्र्य आणि यातना सहन केल्या आहेत. आताही तू बघशील, तर तो मृत्यूशी झुंजत आहे. त्याने अजून आशा सोडलेली नाही.''

- ठीक आहे. पण मला हे कळत नाहीये की तुम्ही त्याला भेटावं अस एन्वरना का वाटत होतं?
- मला असं वाटतं की, त्याला स्वत:विषयीची अगदी खाजगी अशी वाटणारी गोष्ट मला कळावी असं वाटत असेल. आणि या मार्गाने त्याच्या आणि माझ्यामधले निकट भावबंध अधोरेखित करायचे असतील. शिवाय आरोग्यधामात मी ज्या तरुणाला भेटले, तो माझ्या अपेक्षेप्रमाणे उमदाही नव्हता आणि एन्वरने सांगितल्याप्रमाणे आशावादीही नव्हता. त्याउलट अतिशय आजारी, आपल्या दुर्बल देहाचं ओझं वाहून थकलेला आणि चिडचिडा झालेला एक माणूस मला तिथे भेटला. मला आठवतंय की, तो आणि एन्वर युद्धाविषयी आणि कवितेविषयी बोलले. त्यांनी थोड्याफार टवाळक्याही केल्या. एन्वरने त्याला धीर देण्याचा प्रयत्न केला खरा, पण त्याच्यापाशी फार वेळ उरला नव्हता हे मला दिसत होतं. त्या काळात क्षय हा एक सर्वत्र आढळणारा आजार होता आणि त्याने त्या तरुण माणसाच्या शरीराचा आणि आत्म्याचा पूर्ण नाश केला होता. आम्ही खोलीत शिरलो, त्या वेळी त्याने नम्रतेने मला अभिवादन केलं. पण नंतर त्याने माझ्याकडे पाहिलंही नाही. त्याचं हे वागणं त्याच्या स्त्रियांच्या बाबतीतल्या लाजाळूपणामुळे होतं हे माझ्या लक्षात आलं. जेव्हा आमची परवानगी घेऊन एन्वर धूम्रपान करण्यासाठी बागेत गेला, त्या वेळी खोलीत आम्ही दोघंच होतो. आपलं डोकं झुकवून काही मिनिटं गुपचूप

बसल्यानंतर त्याने विचारलं, ''तुम्ही एन्वरची वाग्दत्त वधू आहात का?''

- खरंच?
- आधी मला यावर काय बोलावं तेच समजेना. पण मग मला वाटलं की, त्या वेळी रुस्तुला अगदी बिनमहत्त्वाची का असेना पण चांगली बातमी एकण्याची आत्यंतिक गरज होती. मी त्याचा हात हातात घेतला आणि म्हटलं, ''होय. आमचा वाङ्निश्चय झाल्यातच जमा आहे.'' मग तो म्हणाला, ''तुम्ही इतक्या सुंदर आहात. एक ना एक दिवस माझी एक सुंदर प्रेयसी असेल हे माझंही स्वप्न होतं. माझ्या कविता बहुधा माझ्या काल्पनिक प्रेयसीला उद्देशून असतात आणि ही काल्पनिक प्रेयसी म्हणजे माझ्या या छोट्याश्या आयुष्यात येऊन गेलेल्या, कमीजास्त ओळख असलेल्या सगळ्या स्त्रियांचं थोडफार मिश्रण असतं. तुम्ही परवानगी दिलीत, तर तुमच्यासाठीही मी एखादी कविता लिहीन.'' मी आवंढा गिळला. ''अर्थातच!'' मी म्हटलं, ''तुम्ही नक्कीच तसं करू शकता आणि तुम्ही केलेल्या प्रशंसेबद्दल मी तुमची आभारी आहे.'' त्याने अत्यंत मायेने माझा हात घट्ट धरला आणि जे शब्द उच्चारले, ते मी कधीच विसरले नाही. ''कृपया एन्वरची चांगली काळजी घे. वस्तुस्थिती अशी आहे की त्याच्यात एक भग्न हृदयाचं मूल आहे. जसं आपल्यापैकी प्रत्येकातच ते आहे. त्याचं गर्वोन्नत आणि विजयोन्मादाचं वागणं हे फक्त त्या छोट्या मुलाला बाहेरच्या धोक्यांपासून वाचवण्यासाठी आणि त्याच्या जखमा लपवण्यासाठी आहे. तू कधीही फसू नकोस.''

जेव्हा एन्वर आणि मी पाच वाजताच्या परतीच्या बोटीत बसलो तेव्हा एन्वर मला वेगळाच वाटू लागला. त्यापूर्वी प्रसिद्धीच्या झगमगाटामधला त्याचा चेहरा माझ्या ओळखीचा होता. त्या दिवशी प्रथमच त्याचा चेहरा मी केवळ सहानुभूतीनेच निरखला. त्या दिवसापासून जेव्हा जेव्हा एन्वर माझ्या मनाचा ताबा घेत असे, तेव्हा तेव्हा मी रुस्तुने केलेलं त्याचं वर्णन आठवत असे.

- मॅडम रोझेला, हे सगळं खरंच तुम्हांला असंच्या असं आठवतंय की तुम्ही त्यात भर घालून आकर्षक करताय?
- अच्छा! म्हणजे पुन्हा तुला असंच वाटतंय की मी गोष्टी रचतेय.
- मला अगदी तस्संच म्हणायचं नाहीये. पण तुम्ही ज्या बारकाईने वर्णन करताय... प्रत्येक बारीकसारीक तपशील सांगताय...
- काय?
- म्हणजे मला वाटतं...
- हे माझ्यासारख्या वृद्ध व्यक्तीला जमणं अशक्य आहे?
- तुम्ही हा अवमान समजू नका. पण तुम्हांला माहीत आहे जवळजवळ साठ वर्षांपूर्वीचं आहे हे.
- मग? जवळजवळ साठ वर्षांपूर्वीचं असलं म्हणून काय झालं?
- ठीक आहे, मॅडम रोझेला. आपण विसरून जाऊ या.
- नाही, नाही. खरंच! जवळजवळ साठ वर्षं उलटून गेली असली, तर काय झालं? मी रागावले नाहीये. मी विचारतेय कारण मला तुझं उत्तर ऐकायचंय.
- मला असं म्हणायचंय की, एव्हाना तुम्हांला या सगळ्या गोष्टींचं विस्मरण व्हायला हवं होतं.
- मुली, काही वेळा मला स्वत:लाही आश्चर्य वाटतं. कदाचित तुझं बरोबर असेल. मी कदाचित पदरची वाक्य घालून जास्तीचं वर्णन करून प्रसंग थोडेसे खुलवत असेनही. कदाचित मी नंतरच्या आयुष्यात वारंवार त्या प्रसंगांचा विचार करत आले आणि जसा जसा काळ गेला, तसे तसे एखाद्या पटकथेतल्या रेखाटनासारखे हे प्रसंग कोरले गेले. तू आता जे काही ऐकलंस, ते खरोखरच मूळ रूप हरवलेल्या प्रसंगाचं वर्णन असू शकतं. कारण एका वृद्ध स्त्रीच्या मनाने केलेलं ते पुनर्लेखन होतं.
- पण तरीही मला ऐकताना ते खूपच आवडलं.
- आणि शिवाय असं की, माझ्या आयुष्याच्या या टप्प्यावर ते प्रसंग खरे आहेत की रचलेले आहेत, याची मला पर्वा नाही. शेवटी या माझ्या आठवणी आहेत. त्या कोणत्या स्वरूपात जाग्या करायच्या

ते मीच ठरवणार आणि तुला जेव्हा कंटाळा येईल, तेव्हा तू त्या ऐकणं बंद करू शकतेस.

- पण मला त्या कंटाळवाण्या वाटतच नाहीयेत.
- पुढे एखाद्या दिवशी तू माझ्या वयाची असशील आणि अशा काही आठवणी ज्या तुला वाटत असेल की तू विसरली आहेस, अचानक खोल स्मरणातून उसळून वर येतील आणि एखाद्या मृत माशासारखा असलेला जाणिवेचा पृष्ठस्तर भग्न करतील. त्या वेळी फक्त वर्णनच नव्हे, तर त्यातले ध्वनी, आवाज आणि गंधही तुझ्या मनावर चाल करून येतील. का ते तुला माहीत आहे?
- नाही. का?
- कारण त्या वेळी तुझ्यापुढे भविष्य उरलेलं नसेल. आणि तुझा भूतकाळ घडून गेलेला, संपलेला असेल. तू वर्तमानकाळाच्या मध्यावर असशील आणि तू पुनर्रचित करावं यासाठी वाट पाहणाऱ्या फिकुटलेल्या सावल्यांनी घेरलेली असशील.
- अरे! मॅडम रोझेला! तुम्ही अजूनही...
- आणि या सगळ्यांत वाईट गोष्ट कोणती ते तुला ठाऊक आहे?
- ठीक आहे. सांगा मला.
- तुला ही भयप्रद जाणीव होईल की, तू इतरांच्या जगात जगते आहेस. पूर्वी तुला माहीत असलेले कोणीही पुरुष अथवा स्त्रिया; इतकंच काय, कुणी कुत्रीमांजरंसुद्धा त्या वेळी जिवंत नसतील. आणि तरुण मुली, मी तुला खातरीने सांगते की, परदेशात राहण्यापेक्षा परक्या युगात राहणं जास्त भयंकर आहे. जरी तुला हद्दपार करून परदेशात पाठवलं, तरी कधी ना कधी मायदेशी परत जाण्याच्या आशेवर तू जगू शकतेस. पण जोपर्यंत टाइम मशीनचा शोध लागत नाही, तोपर्यंत परक्या युगापासून दूर पळणं अशक्य आहे. अशा वेळी जुन्या युगाच्या आठवणींनी आपण इतके विद्ध होतो की स्वत:चं सांत्वन करणं अशक्य असतं.
- मी समजू शकते.
- मला नाही वाटत तसं.
- मॅडम रोझेला, मी खरंच समजू शकते.

- माझ्या बाळा, ही अशी गोष्ट नाही जी तू तुझ्या मनाने अनुभवू शकतेस. हे फक्त काळजातूनच जाणून घेता येऊ शकतं. तुझे हेतू कितीही चांगले असू देत. पण स्वत:ला माझ्या जागी ठेवून पाहणं तुला शक्य नाही.
- हेच मलाही म्हणायचं होतं.
- काय म्हणायचं होतं?
- मला असं म्हणायचंय की, मला हे समजलंय, की तुमचा भूतकाळ तुम्हांला ज्या कोणत्या गोष्टीमुळे इतका स्वच्छ आठवतोय, ती गोष्ट समजून घेणं मला शक्य नाही. अतिशय वाईट वाक्यरचना नाही का? पण मला जे म्हणायचंय...
- होय मुली, मला समजलं.
- हुश्श! छान. आपलं एकमत झालं एकदाचं.
- आपण सहमत होणं शक्य नाही यावर आपलं एकमत झालंय.
- असो. पण हेही नसे थोडके! नाही का?
- आणि तुझा सुरुवातीचा प्रश्न?
- तो कोणता?
- हाच, की मी गोष्टी रचते का?...
- ठीक आहे, मॅडम रोझेला! मला उत्तर मिळालंय.
- तरीही एक शेवटची गोष्ट मला सांगू दे. एक ना एक दिवस तूही माझ्या वयाची होशील. तुला जाणवेल की, आपण दुसऱ्याच माणसांच्या जगात राहतोय. त्या वेळी जे जग कधी काळी तुझं होतं, ते पुन्हा एकदा आपल्या आठवणीत प्रस्थापित करावं असं तुला वाटेल. त्या वेळी ते जाणवण्यासाठी तुझ्याजवळ दोन, नाही... तीन साधनं असावी लागतील. तुझा भग्न स्मरणकोश, तुझी कल्पनाशक्ती आणि भिकार वर्तमानकाळ ज्यात तू पहिले दोन घटक जुळवशील.
- तर मग तुमचं म्हणणं असं की, ''मी जाणते तरुण असण्याचा अर्थ, पण तू अजाण आहेस वार्धक्याबाबत''
- मुळीच नाही. ते वैतागवाणं गाणं मला मुळीच आवडत नाही. त्याचा खरोखर त्रासच होतो मला.

- हो का? बरं पण झेल्दा क्रीमी द मेंथे विसरली की काय?
- नाही. आपण तिला सांगायला विसरलो.
- अरे, खरंच की!
- झेल्दा! झेल्दा, कुठे आहेस?

१५

- ये पेलीन! आज तू काहीशी उदास दिसतेयस.
- हे शहर मला गुदमरवून टाकतं.
- मला माहीत आहे बाळ!
- पण मी खरंच कंटाळलेय, मॅडम रोझेला. मला असं वाटतं की, माझ्या आत एक टाइम बॉम्ब आहे आणि त्याचा कधीही स्फोट होऊ शकतो.
- मला तेही माहीत आहे.
- पण तुम्हांला हे माहीत नाही की मी जेव्हा एखाद्या नैराश्यग्रस्त कुमारीसारखी वागत असते, त्या वेळी मी स्वत:वर भयंकर संतापलेली असते.
- संतापलेली? म्हणजे तुला असं म्हणायचंय...
- मला असं म्हणायचंय की, मला माझा तिरस्कार वाटतो. मी जेव्हा इतरांच्या डोळ्यांनी स्वत:कडे बघते तेव्हा मला जे दिसतं, ते मला आवडत नाही.
- आणि मला वाटतं मुली, की तुझी मूळ समस्या हीच आहे.
- कोणती?
- तू इतरांच्या दृष्टिकोनांचा अतिरिक्त विचार करतेस. तरुण वयाचा हा एक आजारच आहे.
- आणि अशा प्रकारची विधानं तर मला संपवूनच टाकतात.

- का? तुला असं बोलणारं दुसरं कुणीतरी ठाऊक आहे का?
- नक्कीच!
- कोण?
- ओळखा पाहू?
- तुझे वडील?
- हो.
- पण यात वेगळं असं काही नाहीये. आईवडील अनेकदा आपल्या मुलांशी अशा गोष्टी बोलतात.
- पण जेव्हा माझे वडील असं काहीतरी बोलतात, तेव्हा मला ते अतिशय किळसवाणं वाटतं.
- तुम्ही एकमेकांशी बोलायला सुरुवात केलीत का?
- दुर्दैवाने होय. आम्हांला बोलावंच लागलं. जेव्हा त्या सर्किसच्या बच्च्याने हेरगिरीच्या आपल्या कामात कुचराई करायला सुरुवात केली, त्या वेळी मला दिवसागणिक वीसएक फोन कॉल आणि ज्यांना मी उत्तर दिली नाहीत असे किमान पंधरा छोटे संदेश यायला सुरुवात झाली. म्हणून मग अखेरीस मी फोन घेतला आणि माझे वडील आणि मी बोललो.
- काय म्हणत होते ते?
- ते म्हणत होते की, माझ्या आयुष्याच्या अत्यंत संवेदनशील अशा कालखंडात मी वावरतेय आणि त्यांना भीती वाटते की मी काहीतरी चुकीचा निर्णय घेईन. आणि पुढे...
- मुली, त्यांचं खरंच तुझ्यावर प्रेम अहे. यावर तुझा का बरं विश्वास नाही?
- मी त्यावर विचार केलाय, मॅडम रोझेला... पण त्यांची प्रेम दाखवण्याची जी पद्धत आहे, त्या पद्धतीमुळे माझा तिळपापड होतो.
- तुला त्याचं बोलणं तोरेबाजपणाचं वाटतं का?
- तोरेबाजपणाचं?
- किंवा अहंकारी, घमेंडखोर?

- होय. अतिशय अहंकारी वाटतं. मला वाटतं की मी काहीतरी प्रश्न वा अडचणी निर्माण करू नयेत आणि त्यांच्या त्या विजयपताकेसारख्या प्रेयसीला काही त्रास होऊ नये म्हणून ते हे सारं करतात.
- तू कोणते प्रश्न निर्माण करू शकतेस?
- उदाहरणार्थ, मी कोकेनचं सेवन सुरू करू शकते. किंवा गरोदर राहू शकते किंवा तुर्की माफियासाठी मी हेर म्हणून काम करू शकते.
- पण हे काही त्यांचे प्रश्न होणार नाहीत.
- अर्थातच होतील.
- मुली, या जगात, प्रत्येकाला स्वत:चे...
- ते खरं नाही, मॅडम रोझेला! ते माझे वडील आहेत.
- पण त्यांना त्यांचं स्वत:चं आयुष्यही आहे.
- माझ्या आईसारखं?
- हो. अगदी हुबेहूब तुझ्या आईसारखं.
- मला आशा आहे की आता तुम्ही माझ्यापुढे माझ्या आईची भलामण सुरू करणार नाही.
- मुली, आता इतकं वय झाल्यानंतर मला हे ठाऊक आहे की या आयुष्यात कोणीही कोणाचंही मतपरिवर्तन करू शकत नाही. जास्तीत जास्त तू या सगळ्या बाबींकडे एका वेगळ्या परिप्रेक्ष्यातून पाहावं यासाठी मी प्रयत्न करू शकते.
- मॅडम रोझेला, तुम्ही आता अगदी कौशल्याने आपलं म्हणणं मांडताय...
- तू तुला हवा तो अर्थ घेऊ शकतेस
- ...
- ...
- माफ करा मला.
- नाही ग मुली! तसं नाही.
- मी जरा उर्मटपणा केला, नाही का?
- तुझा उर्मटपणासुद्धा इतका गोड आहे!

- मी एक नैराश्यग्रस्त मूर्ख आहे आणि माझी वाढ सदोष आहे. म्हणून मी काहीही केलं, तरी मला आयुष्यात यश मिळत नाही.
- कोणत्या गोष्टीत यश मिळत नाही?
- कोणत्याही नाही. एकूणच.
- शाळेत तू ढ होतीस का?
- नाही. मी नाहीये.
- तुला क्षय झालाय का?
- अजून तरी नाही.
- तुला कोणी प्रियकर नाही का?
- मॅडम रोझेला, आता कृपा करा.
- मी तुझ्या आईला ओळखत नाही आणि ज्या व्यक्तीला मी ओळखत नाही, तिची बाजू मांडण्याइतकी काही मी मूर्ख नाही. पण मला खरंच तिला पत्र लिहून हे विचारायला आवडलं असतं की तिची प्रार्थना कशाविषयी असते?
- त्याने काही होईल असं तुम्हांला वाटतं का?
- तू कधी आया योर्गी चर्चमध्ये गेली आहेस?
- तेच का बुयुकदामधलं?
- होय.
- नाही गेले कधी.
- त्या दिवसांत जेव्हा जेव्हा मला कंटाळा येई किंवा मी निराश होत असे, तेव्हा तेव्हा मी तिथे जात असे. तुला कदाचित माहीत असेल. त्या चर्चमध्ये जाण्यासाठी एक उभी उंच टेकडी चढावी लागते. मी काही ख्रिस्ती धर्मातल्या सनातन श्रद्धेविषयी अधिकारी व्यक्ती नाही. पण मला माहीत आहे की ती टेकडीची चढण म्हणजे आपल्या एकाकी यातनांचं प्रतीक आहे. अखेरीस आपण जेव्हा तिथे वरती पोहोचतो, तेव्हा मेणबत्ती पेटवतो आणि विश्वासाच्या पलीकडे जाऊन प्रार्थना करतोस. काही लोक तर आपली प्रार्थना छोट्या कागदावर लिहून चर्चमध्ये ठेवून जातात. आणि सगळ्यात मजेदार गोष्ट कोणती माहीत आहे?
- हीच की त्या सगळ्या प्रार्थना सारख्याच असतात.

- अरे वा! मुली! प्रार्थना कायमच सारख्या असतात. त्या ज्यूंच्या बेटावरच्या चर्चमध्ये वेगवेगळ्या धर्मश्रद्धा असलेले लोक प्रार्थना करतात. पण ते देवापाशी समान मागणं मागतात. 'देवा, मला आरोग्य आणि समृद्धी दे', 'देवा, माझं लग्न चांगल्या पद्धतीने होऊ दे.' 'देवा, मला चांगली संतती दे'; 'माझ्यामुळे माझ्या कुटुंबाला मान खाली घालावी लागू नये', 'कृपा करून माझा व्यवसाय चांगला चालू दे', आणि जे लोक काहीसे कमी स्वार्थी असतात, ते जनहितासाठी प्रार्थना करतात की माणसा-माणसांमध्ये बंधुभाव निर्माण होऊ दे, युद्ध संपू दे...
- आजही असं घडतं का?
- बहुधा. आया योर्गी चर्च हे सहजासहजी बदलणारं ठिकाण नाही.
- पण माझ्या आईची प्रार्थना काय असेल असं तुम्हांला वाटतं?
- मी ते नाही सांगू शकत. तुला ते तिलाच विचारावं लागेल.
- मॅडम रोझेला, मला माझंच पुष्कळ झालंय.
- मला वाटतं मी तुला दुःख दिलं.
- अरे! अजिबात नाही. कृपा करून असं बोलू नका. पण मला माझ्या आईवडलांविषयी बोलण्याची सवय नाही.
- जशी तुझी इच्छा.
- आपण विषय बदलायचा का?
- अर्थात! आपण कोणत्या विषयावर बोलू या?
- मला माहीत नाही. टेनिस?
- मला त्याविषयी बोलावंसं वाटत नाहीये.
- किंवा तुम्ही तुमची गोष्ट सांगू शकता.
- ठीक आहे. पण थांब. आपण विषय कुठे संपवला?
- माझी आई...
- त्यापूर्वी आपण काय बोलत होतो?
- माझे वडील...
- तुझे वडील तुला सतत फोन करत होते कारण...
- कारण माझा पाठलाग करणाऱ्या हेराने राजीनामा दिला.
- बरोबर! आता लक्षात आलं.

- पण काय?
- दोन दिवसांपूर्वी तो इथे आला होता.
- कोण?
- तुझा हलवाई.
- सर्किस?
- होय.
- इथे आला होता म्हणजे काय?
- म्हणजे मला भेटायला आला होता.
- मॅडम रोझेला, काय बोलताय तुम्ही?
- का नाही?
- नाही. माझा विश्वासच बसत नाहीये. काय हा आगाऊपणा?
- नाही. लगेच रागावू नकोस.
- मॅडम रोझेला, मला राग येणार नाही का? असं कसं वागू शकतो तो? इथे यायचं धैर्यच कसं झालं त्याला? स्वत:ला कोण समजतो तो मूर्ख?
- मला वाटतं तू जरा अतिच करतेयस.
- कशासाठी आला होता तो?
- बोलण्यासाठी.
- कशाबद्दल बोलायचं होतं त्याला?
- त्याच्या तुझ्याविषयीच्या भावनेबद्दल.
- मॅडम रोझेला, हा वाईट विनोद होता असं कृपया सांगा मला.
- उलट, तो खूपच गंभीर होता.
- मी शांत राहण्याचा आटोकाट प्रयत्न करतेय. पण त्याने आपली मर्यादा ओलांडलीय आणि इथे येऊन तुम्हांला त्रास देताना त्याला लाज नाही वाटली? हिंमत झालीच कशी?
- अरे! झेल्दा! तू अगदी योग्य वेळी आलीस. मुली काय घेशील?
- काही नको. धन्यवाद.
- एखादं पेय घेतल्याने तुझं मन शांत होईल.
- मी शांतच आहे.
- बरं! पण कृपया रागावू नकोस.

- मी रागावले नाहीये.
- पण त्या बिचाऱ्या मुलाने त्याला लाज वाटावी असं काहीही केलेलं नाही. तो इथे येऊन अगदी सभ्यपणे बोलला.
- तुम्ही त्याला काय सांगितलंत?
- काहीही नाही. मी फक्त त्याच्या प्रश्नांची उत्तरं दिली आणि नंतर थोड्या गप्पा मारल्या.
- त्याला काय हवं होतं?
- तुझी त्याच्याविषयीची समजूत चुकीची आहे, अशी त्याची तक्रार होती.
- चुकीची? मी तर त्याला मुळीच ओळखत नाही, मॅडम रोझेला! माझ्या दृष्टीने तो पैशासाठी माझा पाठलाग करणारा एक उपद्रव आहे.
- हे बरोबर आहे... त्याला आता उपद्रव द्यायचा नाहीये. तुझा मित्र होण्याची त्याची इच्छा आहे.
- पण ती माझीही इच्छा का असावी?
- मला माहीत नाही. ते तू ठरवायचं आहेस.
- मॅडम रोझेला, तुम्ही कधी कधी... नाही...
- काय?
- मला माहीत नाही. कधी कधी मला वाटतं की परिस्थिती किती गंभीर आहे हे तुम्हांला लक्षात नाही.
- मुली, ज्यूंचं आयुष्य अगदी क्षुद्र गोष्टीदेखील गंभीरपणे घेण्यातच संपून जातं. आणि मी सर्किसची भावना गंभीरपणेच घेतलीय.
- पण तुम्ही माझी भावना गंभीरपणे घेत नाही आहात.
- तू माझ्या बाबतीत जराशी अन्यायकारक भूमिका घेतेयस का?
- मला नाही माहीत, मॅडम रोझेला.
- त्या तरुण माणसाने दाराची बेल वाजवली. मी काय करायला हवं होतं तेव्हा?
- तुम्ही त्याला आत येऊ द्यायचं नव्हतं.
- प्रिय पेलीन, तू कोणाशी मैत्री करायची हे तुझं तू ठरवू शकतेस. तसंच माझ्या घरी मी कोणाला येऊ द्यायचं हे माझ्यावर अवलंबून

आहे. त्याहीपेक्षा तो एक उत्तम शिष्टाचार पाळणारा, आदराने वागणारा तरुण माणूस आहे. एक तरुण, विनयशील, आर्मिनियन सद्गृहस्थ... तुझा पाठलाग करताना त्याला जी भूमिका पार पाडावी लागली, त्यामुळे तो अतिशय व्यथित झालाय. त्याच्या म्हणण्यानुसार त्याने ते काम स्वीकारलं कारण कोणीतरी, जिला तो नाही म्हणू शकत नव्हता, अशा व्यक्तीने त्याला तसं करायला भाग पाडलं. एरवी तो म्हणाला की त्याने त्याचं आवडतं पेस्ट्रीचं दुकान कधीही सोडलं नसतं. अगं, पण तू हसतेयस का?

- मला वाटतं माझ्या मज्जासंस्थेत बिघाड झालाय.
- इस्तंबूलमध्ये स्वतःचं पेस्ट्रीचं दुकान सुरू करणं हे त्याचं मोठं ध्येय आहे. शिवाय तो येताना थोडा केकही घेऊन आला होता. क्रोकेटसह अगदी हलका. तू खातेस का थोडा? झेल्दा घेऊन येईल.
- नको. धन्यवाद, मॅडम रोझेला!
- आणि तुला माहीत आहे का, की त्यानेही वर्तमानपत्रात माझी जाहिरात पाहिली होती आणि त्याला खूपच कुतूहल होतं. टर्किश येणाऱ्या व्यक्तीला शोधत असलेल्या व्यक्तीचं नवल वाटत होतं त्याला.
- त्यानेही अर्ज करायला हवा होता.
- त्याने तसा विचार केला होता. पण तो करू शकला नाही कारण त्याला तुझा पाठलाग करायचा होता.
- अरेरे! काय ही करुण अवस्था!
- बरोबर!
- मला खरंच काय बोलावं कळत नाहीये.
- तू अस्वस्थ होण्याचं काही एक कारण नाहीये. याबाबत खातरी बाळग. तो तरुण अगदी बुजरा आहे. त्याला आपापतः तुझ्याविषयी आकर्षण वाटलं. कारण कामाचा भाग म्हणून तो तुझ्यावर लक्ष ठेवत होता. आणि तू इतकी सुंदर आहेस, की आपण त्याला दोष देऊ शकत नाही. देऊ शकतो का?
- वा! किती दयाळू आहात तुम्ही!

- अर्थात, सारं तुझ्यावर अवलंबून आहे. पण कृपा करून त्याचं मन दुखवू नकोस.
- हे तुम्ही आता दुसऱ्यांदा सांगताय मला. मी कशाला दुखवू त्याचं मन? मी त्याला ओळखतही नाही.
- ठीक आहे. पण मला सांगू दे की एखाद्या वेळी जर...
- मी दुसऱ्याला दुखवणारी व्यक्ती वाटते का?
- प्रामाणिकपणे सांगायचं, तर कधी कधी वाटतेस.
- मी तुम्हांला दुखवलय का कधी? उदाहरणार्थ?
- नाही.
- तर मग?
- तू आणि मी आपण मैत्रिणी आहोत. आपल्याला विश्वास आहे. पण दुसरी गोष्ट सर्वस्वी वेगळी आहे.
- कोणती दुसरी गोष्ट?
- प्रेम. तरुण मुली!
- आहा! आला पुन्हा तो मुद्दा!
- मुली, यात एवढं वाईट काय आहे? तुझ्यावर कुणीतरी प्रेम केलं तर तू एवढी घाबरतेस का? केवळ तुझी आई तुला सोडून गेली म्हणून? तू...
- काय?
- ...
- मॅडम रोझेला, मी काय?
- जाऊ दे.
- कृपा करून पुढचं बोला.
- जाऊ दे, मुली! मला माफ कर, मी उगीच खूप दूरचा विचार करत होते.
- काळजी करू नका. कदाचित मी जरा बिनडोक असेन. मला माहीत नाही... मला विचार केला पाहिजे...
- मी केवळ खऱ्या मित्रत्वाच्या नात्याने तुला काही गोष्टी सांगितल्या. पण मी वचन देते... यापुढे जोवर तुझी इच्छा नाही, तोवर मी हा विषय परत काढणार नाही.

- जाऊ दे. केक चांगला होता का?
- होय. खूपच चविष्ट.
- तर मग आपण एकेक तुकडा खाऊ या. खरं तर मी सध्या आहारावर नियंत्रण ठेवलंय. पण...
- प्रिय पेलीन, तुला खाण्यावर नियंत्रण ठेवण्याची खरंच गरज नाहीये. आता आपण झेल्दाला सांगू या. म्हणजे ती आपल्याला थोडा केक देईल.

१६

- अखेर आज सूर्यप्रकाशाने न्हालेला दिवस उगवला.
- होय. मला असे दिवस फार प्रिय आहेत. बागेत यायला आपल्याला बराच उशीर झालाय.
- मुली, तू त्या पाण्याच्या पाइपकडे लक्ष देऊ नकोस. दुपारी झेल्दा बघेल.
- हरकत नाही. तो जरासा मध्ये अडलाय.
- आल्दो आणि मी, आम्हा दोघांनी खूप पूर्वी साल्झबर्गमध्ये या घडीव लोखंडी खुर्च्या विकत घेतल्या होत्या.
- तुम्हांला त्यांची खूप आठवण येते का?
- आल्दोची?
- हं.
- तो गेल्यावर काही काळपर्यंत त्याच्या आठवणी काढण्याव्यतिरिक्त मी काहीही करत नव्हते.
- आणि आता?
- आता नाही... म्हणजे माझीही वेळ आता जवळ आलीय.
- तुम्ही पुन्हा सुरू केलंत.

- मी एक वृद्ध आणि आजारी बाई आहे.
- छे! मॅडम रोझेला!
- मुली, तुझा वाढदिवस कधी येतो?
- २३ फेब्रुवारी
- अरे देवा! मीनेची व्यक्ती!
- होय. खरंतर मी हिवाळ्याचं मूल आहे. पण मला गारठा आणि बर्फ आवडत नाही. तुमचा कधी असतो वाढदिवस?
- २६ मे
- तुमची रास कोणती?
- मिथुन
- तुमचा वाढदिवस फार दूर नाही. फक्त आठ साबथ...
- तुला माहीत आहे, मला मीन रास फार आवडते.
- का?
- कारण मीन राशीच्या व्यक्ती कधीही द्वेष किंवा वैर बाळगत नाहीत. कसं विसरायचं हे त्यांना माहीत असतं.
- ठीक आहे. पाइप सुरू झाला. गवतामुळे अडला होता.
- मग तूही तशीच आहेस का?
- कशी?
- म्हणजे तुलाही विसरायचं कसं ते माहीत आहे का?
- मीन राशीचं चांगलं उदाहरण म्हणून माझ्याकडे नाही बघता येणार, मॅडम रोझेला.
- का बरं?
- कारण मी फारशी भावनाप्रधान नाहीये.
- तू... भावनाप्रधान नाहीयेस...
- बरोबर. खरंतर मी एक टोणपा आहे.
- मला माहित्येय तू असं का बोलत असतेस.
- मलाही माहीत आहे. कारण मी एक टोणपा आहे.
- नाही. कारण तुझी इच्छा आहे की तू खरंच तशी आहेस असं वाटावं.
- तसंही असेल कदाचित.

- कारण तुला दुखावलं जाण्याची भीती वाटते.
- शक्य आहे, मॅडम रोझेला! ... हा पाइप कुठे ठेवू?
- तिथेच राहू दे तो. तुझ्या विजारीवर चिखल उडालाय.
- हरकत नाही. हो... आज केक नाहीये का?
- नाही. तू स्वत: त्याला पहिलं नाहीस का?
- सर्किसबद्दल विचारताय? नाही. अलीकडे त्याला मी माझ्या आजूबाजूला कुठेही पाहिलं नाही. माझ्यापासून सुटका झाल्याच्या आनंदात त्याने बहुधा त्याच्या पेस्ट्रीच्या दुकानात स्वत:ला वाहून घेतलं असावं.
- स्ट्रुडल पाय?
- मला आवडेल
- झेल्दा, तुझे सुप्रसिद्ध पाय थोडेसे हवे आहेत आणि लेमोनेडसुद्धा.
- मॅडम रोझेला, एक विचारू?
- विचार ना!
- तुम्हांला एन्वर रीगनसोबत कुणी पाहिलं नाही का?
- कसं?
- म्हणजे मला विचारायचंय की कुणीही तुमच्या दोघांबद्दल कुजबुज सुरू नाही केली? मला खातरी आहे की त्या वेळी देखील फारसे ज्यू नव्हतेच.
- खरं तर त्या वेळी इस्तंबूलमधला ज्यू समाज आताच्या तुलनेत दसपटींनी अधिक होता. आणि त्यामुळेच एखाद्या ज्यू व्यक्तीने सहजपणे बघणं अगदी स्वाभाविक होतं.
- मग तुम्ही दोघं कसे भेटत होतात?
- मी बहुधा तो काम करत असलेल्या कगलोग्लूमधल्या छापखान्यात जात असे. तिथे तो संहिता तपासनीस म्हणून काम करत असे.
- काय म्हणून?
- संहिता तापसनीस... म्हणजे मुद्रितशोधकाप्रमाणे.
- अच्छा. बरं.
- एका घाणरेड्या आवारातल्या अरुंद खोलीत तो असे. ती खोली म्हणजे खरं तर नरकातलं बीळ होतं. पण आम्ही एकमेकांसोबत

इतके आनंदात असायचो की, आम्हांला आमची खोली आवडत असे... काही वेळ तो खोलीत येणाऱ्या जाणाऱ्या लोकांशी कामासंबंधी बोलत असे आणि एरवी माझ्याशी स्वतःच्या जगाविषयी बोलत असे.

- पण मग त्याला भेटायला येणाऱ्यांपैकी कोणीही त्याला कधी विचारलं नाही, की ही सोनेरी केसांची बाई कोण म्हणून?
- त्याने तिथे सांगितलं होतं की, मी त्याची चुलत बहीण आहे.
- आणि त्यांनी विश्वास ठेवला?
- कदाचित... कारण बराच काळपर्यंत आम्हांला काहीच त्रास झाला नाही. त्याचं काम संपल्यानंतर आम्ही बाहेर पडत असू आणि बरेचदा जुन्या शहराच्या रस्त्यांवरून हिंडत असू.
- तुम्ही कुठे जात होतात?
- फेतिह, जांनकुर्तरान, वेफा... कधीकधी एयुप आणि गुलहानसुद्धा. लालेलीमधल्या ब्लॅक स्ट्रीटवरच्या निवडक चहागृहांमध्ये आम्ही बरेचदा जायचो. जेव्हा हवामान थंड असे, तेव्हा आम्ही आत शेगडीजवळ बसत असू. खरं मुस्लीम इस्तंबूल मला एन्वर रीगनमुळे समजलं. या शहराचं अनन्यसाधारण स्वरूप त्याच्यामुळे परिचित झालं.
- ते धार्मिक होते का?
- कोण, एन्वर?
- होय
- अग, तो तर साम्यवादी होता.
- मग?
- तो नास्तिक होता. त्याचा देवावर विश्वास नव्हता. भौतिकवादी तत्त्वज्ञानाचा तो पुरस्कर्ता होता. पण हृदयाच्या एका कोपऱ्यात आणि सामाजिक दृष्ट्याही आपण मुस्लीम आहोत अशीच त्याची भावना होती आणि हे तो नेहमी सांगतही असे. त्याची आई कट्टर श्रद्धाळू होती. त्याच्या कुटुंबात दरवेश होते, तसंच कुराणाचं पाठांतर केलेले लोकही होते. त्याच्या घरात सातत्याने पवित्र कुराणाचं पठण होत असे. त्याला ज्यू धर्म समजून घेण्यातही रस

होता. मार्क्स स्वतः ज्यू असल्यामुळे एन्वर आमचं जग चांगल्या प्रकारे समजून घेण्याची धडपड करत असे.

- मार्क्सवादामधला मार्क्स?
- ग्रावचो मार्क्स नक्कीच नव्हे.
- तो कोण होता?
- तू आयसाक पलबियिक्यानविषयी ऐकलं नाहीयेस का? जुन्या काळी टर्कीत दाखवल्या जाणाऱ्या ग्रावचो मार्क्स चित्रपटांमधल्या ग्रावचो पात्राला दिलेलं हे नाव.
- मला माहीत नाही.
- द थ्री किंड्रेड स्पिरिट्स? टर्कीमधे मार्क्स ब्रदर्ससाठी योजलं जाणारं नाव.
- अहं...
- हरकत नाही मुली. मी सुद्धा सेबनेम फराहबद्दल ऐकलेलं नाहीये.
- बरं झालं तुम्ही आठवण केलीत. मी तिच्या गाण्यांचा संच आणलाय. आपण ऐकू शकतो.
- पण तो लावण्यासाठी घरात काही साधन नाहीये.
- माझ्या बॅगेत सीडी प्लेअर आहे आणि मी दोन छोटे लाउडस्पीकर्सही आणलेत. ते बाहेर काढूया.
- कुठे बसून ऐकणार आपण?
- इथेच, या टेबलावर. हा आहे सीडी प्लेअर आणि हे लाउडस्पीकर्स. आपल्याकडे बॅटरीजही आहेत.
- तंत्रज्ञानाचा वापर करण्यात तू चांगली तरबेज आहेस.
- खरंतर नाही. ह्या प्रकारचे सीडी प्लेअर जुने होऊन काही काळ लोटलाय. पण मला अजूनही ते आवडतात.
- जशा माझ्या आवडत्या ध्वनिमुद्रिका मी टाकू शकत नाही.
- तसंच कदाचित... हे पहा सुरू झालं! हां, मॅडम रोझेला...
- आपण कुठे थांबलो होतो?
- लालेलीमधल्या चहागृहात.
- आम्ही तासन्तास बोलत असायचो. एकमेकांच्या शब्दांमध्ये हरवून जायचो. आम्ही जेव्हा बोलायचो, तेव्हा टर्किश भाषेचं नादमाधुर्य

जणू काही माझ्या अंत:करणात उतरत असल्याची जाणीव मला होई. तो माझं अर्धूक होता आणि मी त्याचं.

- तुम्ही कधीच जवळ आला नाहीत?
- नाही.
- माझा तुमच्यावर विश्वासच बसत नाही.
- मुली, मी कोण होते असं वाटतं तुला?
- तुम्ही प्रेमात पडला होतात.
- प्रेमाची अनेक रूपं आहेत, तरुण मुली... आणि प्रेम व्यक्त करण्याचीही. कधीकधी एखादा पुसटसा स्पर्श, ओठांची हलकीशी कमान, एखादं स्मितहास्य, हेदेखील शारीर प्रेमाची जागा भरून काढू शकतं.
- खरोखर?
- होय.
- पण त्यापासून तसंच सुख मिळू शकतं?
- खरं तर तशा सुखाची पूर्तता करून घेणं हे एन्वर रीगनसारख्या लोकप्रिय पुरुषाच्या दृष्टीने फारसं अवघड नव्हतं. त्या काळात आम्ही दूर असताना त्याने तसं काही केलं का, हे मी कधी विचारलं नाही आणि त्यानेही मला कधी सांगितलं नाही.
- मला खरंच हेवा वाटला असता.
- कधी कधी मलासुद्धा हेवा वाटत असे... जेव्हा त्याच्या जाकिटावर एखादा लांब, गडद रंगाचा केस दिसत असे किंवा त्याच्याभोवती एखादा अपरिचित सुगंध दरवळत असे, तेव्हा मला वेदना होत असत. त्या गोष्टींमुळेच कधीकधी आमचं भांडणं होई. आणि आम्ही अनेक आठवडे परस्परांशी अबोला धरत असू. पण दुसऱ्या बाजूला आमच्यात एक मूक करार होता.
- तर मग तुम्ही ते स्वीकारलं होतंत?
- कदाचित... माझ्यात त्याला असं काहीतरी गवसलं होतं, जे इतर स्त्रियांमध्ये त्याला सापडत नव्हतं... मी त्याला कोमलपणाचा अनुभव दिला. सुरक्षिततेची भावना दिली. निवासी शाळेतल्या मुलाच्या दृष्टीने सुरक्षिततेची भावना अत्यंत मोलाची होती.

- निवासी शाळेतलं मूल?
- म्हणजे वसतिगृहात राहणारा विद्यार्थी.
- कुठे शिकले होते ते?
- लायसी द गॅलाटासराय... त्याची आई गेल्यानंतर...
- मग त्यांनी तुम्हांला कोणती भावना दिली?
- त्याने मला माझ्यातल्या स्त्रीत्वाची जाणीव करून दिली आणि मी मौल्यवान असल्याची भावना दिली... आम्ही एकत्र असताना आम्ही जवळपास सर्व विषयांवर बोलत असू. पण तरी आम्ही प्रामुख्याने कवितेवर बोलायचो, आणि युद्धावरही... हिटलर मॉस्कोपर्यंत पोहोचला होता, तरी त्याला खातरी होती की फॅसिझमचा पराभव होणार... जनरल झुकॉव्ह पराभूत होणार नाही. तो नाझींना आज ना उद्या पिटाळून लावेल असा विश्वास त्याला होता.
- मॅडम रोझेला, मी अजूनही त्या प्रेम करण्याच्या बिंदूपाशीच अडकून आहे.
- म्हणजे काय म्हणायचंय तुला?
- तुम्ही साधं चुंबनही घेतलं नाही?
- मुली, तेवढं काही टोकाचं नव्हतं.
- आहा! मग मला सांगा पाहू.
- आमच्या चुंबनाबद्दल?
- होय. कसं होतं ते? छान?
- तू विनोदी आहेस.
- गंभीरपणे... ते फ्रेंच पद्धतीचं चुंबन देत असत का? उदाहरणार्थ?
- अरे वा! झेल्दा! देवाने तुला योग्य वेळी पाठवलं. तरुण मुली, तुझा केक खा आणि कृपा करून मला एकटं राहू दे.
- हं... ही उत्तरं मला फारच संशयास्पद वाटतायत.
- तरुण मुली, आमच्या खाजगी बाबतीत नाक खुपसू नकोस.
- अरे! काय? सांगा ना... कसं होतं त्यांचं चुंबन?
- फार सुंदर... खूप आकर्षून घेणारं... त्याचं चुंबन तुमच्या

अंतरात्म्यापर्यंत पोहोचून त्याला तुमच्यातून बाहेर ओढून काढत असे. पण असो. हे गाणं फारच छान आहे.

- आहे ना?
- होय. या अगोदरचं जरासं कोलाहलसदृश होतं पण हे फारच चांगलं आहे... खूप भावपूर्ण... आणि ती मुलगी खूप छान गातेय. काय नाव आहे?
- शबनम.
- नाही, गाण्याचं नाव.
- 'गुड बाय.'
- हे आपल्या अंत:करणाला खोलवर स्पर्श करतं.
- मला ते फार आवडतं. अतिशय उदास आणि तरीही तेवढंच अभिमानी.
- बहुधा त्यात एक गोष्ट असावी असं दिसतंय.
- होय. मला वाटतं की, ज्या ज्या वस्तूमागे गोष्ट असते, ती ती वस्तू सुंदर असते.
- म्हणजे मीही सुंदर आहे तर!
- मॅडम रोझेला, मी आतापर्यंत पाहिलेल्या सर्व मुलींमध्ये तुम्ही सर्वाधिक सुंदर आहात.
- उगीच काहीतरी बोलू नकोस.
- शप्पथ! आपण समवयस्क नाही याबद्दल आनंद बाळगा.
- मुली, तू मला घाबरवते आहेस.
- तुम्ही घाबरावं म्हणूनच तर मी बोलते आहे.
- अच्छा? मग ठीक आहे.
- मग तुम्हांला कोणी पाहिलं का?
- काय?
- तुम्ही म्हणालात ना की बराच काळपर्यंत तुम्हांला काही त्रास झाला नाही... पण नंतर काय झालं? मला शंका आहे की कोणीतरी तुम्हांला त्यांच्यासोबत पाहिलं.
- होय.

- कोणी?
- जॅकलीन.
- तुमची जुनी शत्रू.
- बरोबर.
- वा! मॅडम रोझेला! तुम्ही अगदी अचूक लक्ष्य गाठलंत.
- हो. काही विचारू नकोस. आमच्या प्रत्येक भेटीनंतर एन्वर मला एमिनन येथे जहाज तळावर सोडत असे. त्या दिवशी त्या ठिकाणी अचानक जॅकलीन बोटीतून उतरली.
- मॅडम रोझेला, कृपया अपमान वाटून घेऊ नका. पण तुम्ही पूर्णपणे बेसावध होतात?
- होतेच. नव्हते का?
- होय. जरा विचार करा. एमिननच्या मध्यभागी...
- मी इतकी लहान होते.
- ...
- ...
- तुम्ही विचारात गढून गेलायत.
- मी कदाचित माझ्या आठवणी सजवून आकर्षक करत असेनही. पण मी ते दृश्य कधीही विसरणार नाही. काही अंतरावरून येत असलेली ती बोट अजूनही मला दिसते. मी जेव्हा एन्वरचा निरोप घेण्यासाठी वळते, तेव्हा जॅकलीन समोर येते. किंबहुना तिचे शुद्ध तिरस्काराने भरलेले माझ्याकडे रोखून पाहणारे डोळे माझ्या डोळ्यांना भिडतात. आधी ती माझ्याकडे पाहते आणि नंतर हात हलवून माझा निरोप घेत असलेल्या एन्वरकडे; त्याला परिस्थितीची जराही कल्पना नाहीये. त्या क्षणी मला जाणवतं की, माझं आयुष्य बदलणार आहे. एक क्षणभर मला वाटतं की, बोटीतून उतरून जॅकलीनकडे जावं आणि सांगावं, की तिला वाटतंय तसं काही नाहीये. पण कोणास ठाऊक का, मी तसं करू शकत नाही. तिच्या नजरेतून पाझरणारं शत्रुत्व मला जागीच घट्ट खिळवून ठेवतं.
- भीतीदायक वाटतंय मला हे.

- याचं वर्णन भीतीदायक असं करणं फारच सौम्य होईल, माझ्या बाळा!
- मग नंतर काय झालं?
- काय नाही झालं?
- कृपया सांगा ना मला...
- हे जे गाणं तू लावलं होतंस... त्याचं नाव 'गुड बाय' आहे ना?
- होय.
- जरा परत लावू शकतेस का?
- अर्थात. लगेच लावते.
- या घटनेमुळे कुटुंबात अत्यंत निंदास्पद अगदी लाजिरवाणं प्रकरण घडलं. मी माझ्या सासूला — रिबेकाला ओळखू शकले नाही. एका दयाळू हृदयाच्या स्त्रीची जागा एका विशेष परीक्षकाने घेतली. घरभर फेऱ्या मारता मारता ती सतत म्हणू लागली, "ईश्वरा, दुष्ट शक्तीपासून आमचं रक्षण कर."
- तुम्ही त्यांना परिस्थितीचं योग्य ते स्पष्टीकरण दिलं नाही का?
- मी त्यांना काय स्पष्टीकरण देणार होते, माझ्या बाळा? त्या वेळी माझ्या मनाला अपराधी भावनेची टोचणी लागून राहिली होती. शिवाय या सर्वांच्यावर कडी म्हणून मी त्यांना सांगायला हवं होतं का, की मी गेले काही महिने दर आठवड्याला एका देखण्या माणसाला भेटत होते म्हणून?
- तुम्ही खोटंही बोलू शकत होतात.
- तुला असं वाटतं का, की जॅकलीनचं तसं माझ्यासमोर येणं हा निवळ योगायोग होता?
- योगायोग नव्हता का तो?
- जसा सर्किस तुझा पाठलाग करत होता, तशीच जॅकलीनसुद्धा माझा पाठलाग करत होती आणि तोही अनेक आठवडे. जेव्हा ती तिच्या मैत्रिणीला भेटायला बलातला गेली होती, त्या वेळी तिने पहिल्यांदा मला एमिननमध्ये फिरताना पाहिलं. त्या दिवसापासून मी घराबाहेर पडले की ती प्रत्येक वेळी माझ्या पाठलागावर असे.
- जॅकलीनपाशी करण्यासारखं दुसरं काही नव्हतं का?

- त्या वेळी ती विद्यार्थिदशेत होती. फाइन आर्ट अकादमीत चित्रकला शिकत होती.
- मग मात्र तुम्ही खरंच अडचणीत सापडलात.
- त्याहूनही वाईट गोष्टी घडल्या. घरात एक भयाण शांतता पसरली. प्रश्नांची पहिली फेरी झडल्यानंतर माझ्याशी कुणीही बोलत नव्हतं. त्यानंतर त्यांनी मला काहीही विचारलंदेखील नाही.
- तुम्ही त्यांना काय सांगितलंत?
- काहीच नाही.
- तुम्ही काहीही बोलला नाहीत?
- नाही.
- तुम्ही जराही खोटं सांगितलं नाही?
- मला खोटं बोलून स्वत:ला कमीपणा आणायचा नव्हता. शिवाय मला स्वत:लाच इतकं अपराधी वाटत होतं, की मी किंमत मोजायला तयार होते.
- मग त्यांनी काय केलं?
- अखेर मी त्यांच्या लाडक्या नातवंडाची आई होते आणि तान्याला त्रास होईल असं काहीही न करण्याइतके ते दयाळू होते. पण मला वाटायला लागलं, की मी आता नकोशी झालेली सून आहे. एका संध्याकाळी मी घरासमोरच जॅकलीनच्या पुढ्यात धावले. हातात कॅनव्हास घेऊन ती महाविद्यालयातून परत येत होती. मला पाहताच ती थांबली आणि एकटक माझ्याकडे बघू लागली.
- तुम्ही तिला विचारायला हवं होतंत, की कशासाठी तिने तुम्हांला अशी पीडा दिली?
- मी विचारलं.
- मग काय म्हणाली ती?
- ती म्हणाली की, मी स्वत:ला खूप चलाख समजत होते आणि तिच्या म्हणण्यानुसार मी त्यांना मूर्ख मानत होते. पण प्रत्येक गुन्ह्याला शिक्षा असतेच.
- वा! आणि तुमच्या नणंदेचं काय?
- लिनेट?

- होय. तिनेही तुमच्याशी बोलणं टाकलं?
- लिनेट आम्हा दोघांमध्ये सापडली होती. मला खातरी होती की तिचं माझ्यावरचं प्रेम कायम होतं. पण काय करावं हे तिला समजत नव्हतं. एका संध्याकाळी मी तान्याला झोपवल्यानंतर लिनेट माझ्या खोलीत आली. आम्ही एकमेकींना घट्ट मिठी मारली आणि रडू लागलो. थोडा वेळ नि:शब्दपणे रडल्यावर तिने आपले सुंदर डोळे मिचकावले आणि म्हणाली की, तिला माहीत होतं की तो वादग्रस्त माणूस एन्वर रीगनच होता.
- तिला कसं काय समजलं?
- मला कल्पना नाही पण तिला असंच समजलं होतं.
- हं.
- ती म्हणाली की तिने माझा तिरस्कार करण्याचा खूप प्रयत्न केला. अखेर आल्दो हा तिचा प्रिय भाऊ होता... पण माझ्याविषयी आणि एन्वरविषयी तिला असलेल्या कौतुकामुळे तिच्या मनात कोणतीही नकारात्मक भावना निर्माण होऊ शकली नाही. पण त्याच वेळी ती अतिशय दु:खीही होती.
- कारण ती तुमचा तिरस्कार करू शकत नव्हती?
- होय. त्यामुळे ती फारच विद्ध झाली होती.
- आणि तरीही तुम्ही प्रेमाच्या बाजूने बोलता, मॅडम रोझेला? त्याच्यामुळे तुम्हांला इतकं सारं सहन करावं लागलं, तरीही.
- थांब. मला तुला काहीतरी सांगायचंय. आश्चर्य म्हणजे या सगळ्या प्रकारात मी अतिशय शांत आणि कणखर होते. जणू मी अदृश्य कवच धारण केलं होतं. घरी माझ्यामागे चालणारी कुजबुज, शेजाऱ्यांचे अर्थपूर्ण कटाक्ष आणि कुचाळक्या त्या कवचावर आदळून चक्काचूर होत होत्या. ते कवच एन्वरविषयी मला वाटत असलेल्या प्रेमाचं होतं आणि त्या प्रेमामुळेच पुढे येऊ घातलेल्या अधिक मोठ्या आपत्तीमधूनही मी वाचले.
- अधिक मोठी आपत्ती?
- ऐतिहासिक आपत्ती, माझ्या बाळा!
- म्हणजे तुम्हांला संपत्तीकर वगैरे म्हणायचंय का?

- नाही. काहीतरी त्याहून अधिक मोठं.
- काय ते?
- एके संध्याकाळी आमच्या कुटुंबातली पुरुष माणसं घरी परत आलीच नाहीत.
- का बरं?
- तेच सांगते... आल्दोचे काका सोली आणि अवि आणि त्याचा सावत्र भाऊ आवराम, जो काही काळ अस्थम्यासाठी उपचार घेत होता.
- त्या सर्वांच्या बाबतीत असं काय घडलं होतं?
- त्यांना सर्वांना सक्तीने लष्करात भरती करण्यात आलं होतं.
- सर्वांना?
- होय. सर्वांना.
- त्यांनी त्यापूर्वी लष्करी सेवेची त्यांची पाळी पूर्ण केली नव्हती का?
- एक आवराम सोडला, तर बाकीच्यांनी केली होती. पण त्यांना पुन्हा सक्तीने भरती केलं गेलं. आपलं काम आटपून घरी परत येण्याच्या वाटेवर ते होते. ज्या वेळी ते बोटीतून उतरत होते, त्या वेळी त्यांची ओळखपत्र पोलिसांनी तपासली आणि ते मुस्लीम नसल्यामुळे त्यांना पोलीस चौकीत आणि तिथून पुढे लष्कराकडे पाठवण्यात आलं.
- मॅडम रोझेला, माझ्या पूर्ण अज्ञानाबद्दल मला क्षमा करा. पण असं का?
- सुरुवातीला आम्ही कोणत्याही नकारात्मक विचाराने घाबरून जाणं टाळलं. माझे सासरे हे एकटेच पुरुष आता कुटुंबात राहिले होते. त्यांनी आम्हांला एकत्र बोलावलं आणि सांगितलं की, आपण कणखर राहायला हवं आणि हे की, देश आता लवकरच युद्धात ओढला जाणार आहे. हिटलर अथेन्सपर्यंत पोहोचलाच आहे आणि शासनाला लष्करी ताकदीची गरज वाटणं हे अगदी स्वाभाविक आहे. एखाद्या चांगल्या नागरिकाप्रमाणे आपल्या माणसांनीही देशासाठी आपली सेवा दिलीच पाहिजे.
- पण इतर लोकांनाही सक्तीने भरती केलं होतं का?

- नाही. फक्त जे मुस्लीम नव्हते, त्यांनाच...
- आणि ज्या पद्धतीने त्यांना भरती केलं गेलं, ती पद्धतही मला विचित्र वाटते.
- होय. काहीशी अपमानास्पद, नाही का?
- काहीशी?
- म्हणजे... होय. तशीच होती.
- हे सगळं आठवणं तुम्हांला त्रासदायक होत असेल तर...
- नाही, मुली! आपण इथे आठवण्यासाठीच तर बसलो आहोत.
- या सगळ्यांचा तुमच्यावर कसा परिणाम झाला?
- फारच वाईट.
- म्हणजे?
- या वेळी जॅकलीनने असं सांगायला सुरुवात केली की, माझ्यामुळे कुटुंबाचं नशीब फिरलं. ती प्रत्येकाला सांगत होती की, कुटुंबावर कोसळलेल्या मोठ्या आपत्ती माझ्यासोबतच आल्या आणि सर्वांत वाईट गोष्ट ही की, त्या दिवसांतल्या मन:स्थितीमुळे कुटुंबातल्या स्त्रियांनीही हे निराधार गृहीतक खरं मानलं.
- किती लंगडी अवस्था...
- काय म्हणालीस?
- लंगडी, मॅडम रोझेला! ... म्हणजे खरोखरीच वाईट.
- मला तो शब्द आवडत नाही पण ठीक आहे. तुझं बरोबर आहे. बिगर मुस्लीम समाजातल्या सगळ्या स्त्रिया त्या वेळी इतक्या भयग्रस्त होत्या, की तान्याचं अस्तित्वदेखील मला सुख देऊ शकत नव्हतं. त्यांच्या नजरेत मी एक संकट होते. मध्ययुगामधली एक चेटकीण किंवा लिलिथ जी उत्तरेकडून आली आणि कुटुंबातल्या पुरुषांवर आपत्ती कोसळल्या. विशेषत: आल्दोवर. सुदैवाने ते लोक चांगले होते. विचारपूर्वक कृती करणारे ज्यू होते. त्यांच्यावर विश्वासाने सोपवलेल्या सुनेला त्यांनी रस्त्यावर टाकलं नसतं. पण...
- पण...
- पण तरीही माझं अस्तित्व त्यांना त्रासदायक वाटत होतं... माझ्याबरोबर एकाच छताखाली राहणं आणि एकाच वातावरणात

श्वास घेणं त्यांना सहन होत नव्हतं. हे सगळं माझ्यामुळे घडतंय याची मला जाणीव करून देण्यासाठी रिबेका देवाकडे सतत तक्रार करत असे आणि विचारत असे की, तिने असं काय केलं की ज्यामुळे तिला हे भोगावं लागतंय.

- आणि?
- मग शेवटी मी घर सोडण्याचा निर्णय घेतला.
- एकटीने?
- होय. माझ्या ज्या थोड्या चीजवस्तू होत्या त्या मी घेतल्या, तान्याला घेतलं आणि लिनेट सोडून बाकी कोणाचाही निरोप न घेता घर सोडलं.
- तुम्ही एखादं पत्रही लिहून ठेवलं नाही का?
- त्याची गरज नव्हती, मुली. सगळं पुरेसं नाटकी झालंच होतं.
- आणि तुम्ही कुठे राहायचं ठरवलं होतंत?
- माझ्यावर विश्वास ठेव, मी येणाऱ्या दिवसांत काय करणार आहे याची जराही कल्पना मला नव्हती. माझ्याकडे तीन विद्यार्थी होते. मी मिळवत असलेल्या पैशांतून माझी दोन वेळची गरज जेमतेम भागली असती. शिवाय मला राहायला घर आणि थोडं सामानसुमानही हवं होतं.
- एन्वर रीगन?
- त्याने सल्ला दिला की आम्ही काही काळ त्याच्या घरी राहावं. निदान सुरुवातीच्या काळापुरतं. पण मी तो प्रस्ताव नाकारला. मग त्याने लांगामध्ये एका ग्रीक स्त्रीच्या घरी आमची राहण्याची व्यवस्था केली. परमेश्वराच्या कृपेने तिला प्रकाश आणि शांततेत विश्राम लाभू दे... मॅडम एलेनी अत्यंत सुस्वभावी स्त्री होती. तिच्या कुटुंबातली एकमेव व्यक्ती म्हणजे तिचा नातू. पण आमच्या कुटुंबातल्या पुरुषांप्रमाणेच त्यालाही सक्तीने लष्करात पाठवण्यात आलं होतं. तिने त्याची खोली आम्हांला दिली. आपल्या छोट्याशा बागेची काळजी घेण्यात ती सगळा दिवस घालवत असे. आणि संध्याकाळी मफिन्स आणि केक्स भाजत असे. पुष्कळदा ती आणि मी बागेत बसून गप्पा मारत असू. आता जशा मी तुला

माझ्या आठवणी सांगते आहे, तसंच तिने मला तिच्या भूतकाळाविषयी सांगितलं होतं.

- म्हणजे ते दिवस सोपे नव्हते.
- नव्हते. पण त्या दिवसांत मी खूप काही शिकले.
- अगदी एकाकी आणि तेही एका लहानग्या बाळासह...
- मुली, तुला माहीत आहे का? आयुष्यात येणारा कोणताही अनुभव हेतूशून्य नसतो. आपण घेत असलेल्या प्रत्येक अनुभवामागे आपल्याला काहीतरी शिकवण्याचा उद्देश असतो. मी असंही म्हणू शकते की, ही आयुष्य नावाची गोष्ट हा आपल्याशी सातत्याने चालू असलेला संवाद असतो. जे जे आपल्यासमोर येतं, त्या त्या प्रत्येक गोष्टीपासून आपण काहीतरी संदेश घ्यावा अशी त्याची अपेक्षा असते.
- मग तुम्ही संदेश घेऊ शकलात का?
- थोडासा.
- काय होता तो?
- ...
- तुम्हांला सांगायची इच्छा नसेल तर नका सांगू.
- मला सांगायचं नाही असं नाहीये ते. मला सुरुवात कुठून करावी ते कळत नाहीये.
- घाई करू नका. सगळा वेळ आपलाच आहे.
- फक्त तुझ्यापुरतं बोल, तरुण मुली!
- अहो मॅडम रोझेला, मला तसं नव्हतं म्हणायचं. तुम्ही आरामात राहा, एवढंच मला सांगायचं होतं.
- म्हणजे मी सहजपणे घ्यावं असं तुला म्हणायचंय?
- होय. सहजपणेच घ्या आणि ते हसू चेहऱ्यावर कायम राहू द्या.
- ठीक आहे. मी एक विनंती करू का?
- आवाज कमी करायला हवाय ना तुम्हांला? बरोबर. हे गाणं थोडंसं...
- काय आहे की माझे कान अशा प्रकारच्या जोरदार शैलीतल्या संगीताला सरावलेले नाहीत.

- जोरदार शैली? मॅडम रोझेला! तुम्ही वेगळ्याच वाटताय.
- तुला हसवायला मला आवडतं.
- मग खूप धन्यवाद त्यासाठी.
- तुझ्या त्या ग्रीक आणि रशियन चाहत्यांचं काय झालं पुढे?
- ते ठीकच आहेत. त्यांनी तुमच्यासाठी शुभेच्छा पाठवल्यायत.
- तू त्यांना पुन्हा भेटलीस का?
- मुळीच नाही. त्या दोघांची तोंडंही पाहण्याची माझी इच्छा नाही.
- का बरं?
- कारण दोघांनी मारामारी केली.
- कुठे?
- आमच्या महाविद्यालयाच्या उपाहारगृहात. जॉर्जियस आणि मी तिथे बसलो होतो.
- जॉर्जियस? त्याचं नाव दिमित्री होतं ना?
- मग मी काय म्हटलं?
- जॉर्जियस...
- अरेच्चा! माफ करा. होय. दिमित्री आणि मी तिथे बसलो होतो. तेव्हा इवान किंवा तुम्ही मला सुचवल्याप्रमाणे...
- ॲलेक्सी.
- बरोबर, ॲलेक्सी तिथे आला. बरं त्यावरून आठवलं, मी ॲना कॅरेनिना वाचायला सुरुवात केलीय. मी यापूर्वी हे सांगितलं होतं का तुम्हांला?
- खरंच? आनंद झाला मला. तुला आवडली का?
- माननीय टॉलस्टॉय यांची वर्णनं फ्रेंच भाषेतून समजून घेण्याचा प्रामाणिक प्रयत्न मी करत्येय. पण होय. ती सुंदर आहे. अत्यंत दुर्दैवी स्त्री...
- खूपच...
- पण अनेकदा ती स्वत:च दुर्दैवी घटनांना निमंत्रण देते, स्वत:च्या आयुष्यात...
- होय. जसं मीही देते.
- तेवढसं नाही मॅडम रोझेला! म्हणजे मला असं म्हणायचंय की,

तिने धैर्य गोळा करून लवकर निर्णय घेतला असता, तर गोष्टी इतक्या गुंतागुंतीच्या झाल्या नसत्या.

- आतापर्यंत किती वाचून झालंय तुझं?
- ॲना आजारी आहे... तुमचा ॲलेक्सी तिला भेटायला येतो. पण तिच्या नवऱ्याशी गाठ पडते.
- मला वाटतं, तू कादंबरी पूर्ण वाचलीस की नंतर आपण या विषयावर चर्चा करू.
- ठीक आहे.
- बरं!
- काय बरं?
- तू मारामारीबद्दल बोलत होतीस.
- हो, बरोबर. तर आम्ही तिथे बसलो होतो. ॲलेक्सी आला आणि दोघे शत्रुत्वाच्या भावनेने एकमेकांकडे बघू लागले. मग त्याने आपल्या मित्राशी मोठ्याने बोलायला सुरुवात केली. मूर्ख माणूस. ग्रीकांविषयी वाईट साईट काहीतरी आणि असंच... स्वाभाविकच दिमित्रीला उत्तर द्यायचं होतं. त्याने त्याच्या उत्कृष्ट शुभेच्छा स्लाव्ह स्त्रियांसाठी पाठवल्या. मी मध्ये पडले नसते, तर दोन्ही मूर्खांनी सर्व वस्तूंची तोडफोड केली असती. टेबलं, खुर्च्या, सर्वच...
- खरंच अविश्वसनीय.
- त्यांच्यामुळे मला अगदी मेल्याहून मेल्यासारखं झालं.
- या शहरात हे असं काहीतरी घडण्याची ही पहिलीच वेळ असावी.
- का?
- हे इस्तंबूल नाही मुली... हे एक शांत युरोपियन शहर अहे. इथले पुरुष बायकांसाठी खरोखर भांडत नाहीत.
- तुमचा माझ्यावर विश्वास नाही का?
- मी तसं नाही म्हटलं.
- मग मला असं का वाटतंय की तुमचा माझ्यावर विश्वास नाहीये?
- मला नाही माहीत.
- ठीक आहे. विश्वास ठेवा अगर ठेवू नका. मी जसं सांगितलं तसंच घडलं होतं.

- मग आता सध्याची परिस्थिती काय आहे?
- मी दोघांनाही ओरडले. तर आता आम्ही सर्वच मोकळा श्वास घेऊ शकतो.
- यावर मी काय म्हणू शकते? तुझं चांगलं होऊ दे, एवढीच शुभेच्छा करू शकते.
- मग तुम्हांला काय वाटतं? मी या परिस्थितीतून काय शिकावं?
- म्हणजे तुला काय म्हणायचंय?
- तुम्ही म्हणत होतात की प्रत्येक सुट्या अनुभवाद्वारे आयुष्य आपल्याला काहीतरी सांगू पाहतं. मग या प्रसंगामध्ये कोणता संदेश होता असं तुम्हांला वाटतं?
- मला नाही सांगता येणार मुली... आयुष्य ज्या व्यक्तीशी थेट संवाद साधतं, तीच व्यक्ती सांगू शकते तो संदेश काय आहे ते.
- मग कदाचित ते मला सांगतय की शांत राहा आणि सोडून दे. तुम्हांला काय वाटतं?
- मला नाही माहीत.
- किंवा कदाचित ते म्हणत असेल, ''मुली, प्रयत्न करणं थांबव! एकाकीपणे जगणं हेच तुझं प्राक्तन आहे...''
- मला नाही तसं वाटत.
- का नाही?
- जर तसा संदेश असता, तर आयुष्याने तुला इतकं सुंदर बनवलं नसतं.
- अरे! तुम्ही पुन्हा सौजन्यपूर्ण वागताय.
- नाही. मी गंभीर आहे... शिवाय जर खरोखरच तर्क करायचा झाला, तर मी असं म्हणेन की, आयुष्य तुला असं सांगतंय की तुझं सुख फार दूर नाहीये.
- हं...
- अर्थात ते कदाचित असंही सांगत असेल की सुखाच्या, आनंदाच्या शोधात धडपडून स्वत:ला दमवणं थांबव. त्या उलट सुखाला, आनंदाला तुला शोधू दे.
- मी यावर विचार करेन.

- तू तो करावास असं मला वाटतं.
- कुटुंबाचं घर सोडल्यानंतर तुम्हांला कोणकोणते धडे मिळाले?
- मला अर्थात धडा वगैरे काही मिळाला नाही. पण मी जीवनाबद्दल बरंच ज्ञान मिळवलं. मी ज्या वेळी मॅडम एलेनीच्या घरी छोट्याशा खोलीत राहत होते, थोड्याशा पैशात दोन वेळची गरज भागवत होते आणि ज्यूंना हद्दपार केलं जाणार असल्याच्या अफवांमुळे सतत येणारे नैराश्याचे झटके सोसत होते, त्या वेळी मला माझ्यात पूर्वी कधीही जाणवला नव्हता इतका कणखरपणाही जाणवत होता. आयुष्यात प्रथमच मी माझे पालक, माझा नवरा यांनी आखून दिलेल्या माझ्या आयुष्याच्या कक्षेतून बाहेर पाऊल टाकलं होतं आणि आपल्या स्वतःच्या पायांवर उभं राहायला सुरुवात केली होती. हे नवीन आयुष्य खूप कठीण होतं. त्यात अनेक तऱ्हेचे अभाव होते. निराधारपणा होता. पण तरीही ते माझं होतं. माझं स्वतःचं. माझ्या बाळाचं दूध विकत घेण्यासाठी, माझे कपडे दुरुस्त करण्यासाठी, आणि भाडं भरण्यासाठी मी स्वतः पैसे मिळवत होते.
- शिवाय तुम्ही प्रेमात होतात.
- होय मुली... होते. एन्वर रीगनविषयीचं माझं प्रेम दिवसेंदिवस वाढत होतं.
- इतर स्त्रिया असूनही...
- त्याने अनेक वेळा मल वचनं दिली... पण त्याच्यासाठीही ते सोपं नव्हतं. माझ्या श्रद्धेमुळे मी माझ्या शरीराबाबत माझ्या नवऱ्याशी प्रतारणा करू शकत नव्हते आणि एन्वरच्या एका इशाऱ्याची वाट पाहणाऱ्या अनेक स्त्रियांनी एन्वर घेरलेला होता.
- मी जर तुमच्या जागी असते, तर मी काय केलं असतं, मला खरंच कळत नाहीये.
- तू केवळ तुझ्या कल्पनाशक्तीच्या साहाय्याने हे नाही जाणून घेऊ शकत, तरुण मुली... आणि तोच मुद्दा मी इथे स्पष्ट करू इच्छिते. आपल्या स्वतःच्या क्षमता आणि मर्यादा आपण तेव्हाच ओळखू शकतो जेव्हा आपण प्रेमात तरी असतो किंवा स्वतःच्या पायावर तरी उभे असतो. या मार्गाने आपल्याला आपल्या स्वतःच्या

आतल्या अस्तित्वाचा शोध लागतो. बर्लिनमध्ये जेव्हा मी माझ्या आईवडलांनी दिलेल्या काचेच्या मनोऱ्यात एखाद्या राजकन्येसारखी राहत होते, त्या वेळी मी अशा तऱ्हेचा विचार करू शकले नसते, हे तू समजू शकतेस.

- बरोबर आहे तुमचं... मला तुम्हांला काहीतरी विचारायचंय पण आता मी पूर्णपणे विसरलेय.
- एन्वरविषयी?
- नाही.
- आल्दो?
- नाही. त्यांच्याविषयीदेखील नाही.
- जॅकलीन? रिबेका? लिनेट?
- नाही. त्यांच्याबद्दल नाही.
- मग कशाविषयी होतं ते?
- हां. आता आठवलं. या दरम्यान तुम्हांला त्यांच्या कुटुंबाविषयी काही बातमी मिळाली नाही का?
- हं. काही काळ गेल्यानंतर लिनेट स्वत:ला रोखू शकली नाही आणि आठवड्यातून एकदा ती मला भेटायला येऊ लागली. आल्दोने मला लिहिलेली पत्रंही ती आणत असे.
- मि. आल्दोंचं ठीक चाललं होतं का?
- त्याच्या शेवटच्या पत्रात त्याने लिहिल्यानुसार तो अतिशय हताश आणि खिन्न अवस्थेत होता आणि त्याला सांत्वनाची खूप गरज होती. आयुष्यात प्रथमच मी त्याला इतकं निराश झालेलं पाहिलं. जरी त्याची परिस्थिती सुधारली होती आणि त्याला शैक्षणिक पदही मिळालं होतं, तरी स्वत:च्या मुलीपासून दूर राहणं त्याला मरणप्राय यातना देत होतं.
- तुम्ही त्यांना पत्र लिहीत होतात का?
- बहुतेक वेळा साध्या, रोजच्या गोष्टी... तान्याने केलेल्या बिनमहत्त्वाच्या खोड्या, बागेत सुकत असलेली द्राक्षांची वेल, साबथच्या जेवणाच्या वेळी झालेल्या गप्पागोष्टी. मी आमचं घर सोडल्यानंतरही त्याला काहीच सांगितलं नाही. बरेचदा त्याला

उत्तेजन मिळेल असं, धीर येईल असं काहीतरी मी लिहीत असे. पण त्यातली किती पत्रं त्याला मिळाली हे देवालाच ठाऊक.

- पण निदान तुमच्यापेक्षा ते जास्त सुदैवी होते.
- कदाचित...
- लिनेटने तुम्हांला कसं शोधलं?
- माझं बस्तान बसल्यानंतर मी एन्वरच्या एका मित्राकरवी तिला निरोप पाठवला. मला वाटतं, माझी सुप्त इच्छा होती की मी कुठे आहे हे त्यांना कळावं.
- म्हणजे त्यांनी यावं आणि तुम्हांला शोधून काढावं.
- होय. बहुधा माझ्या अंत:करणात अजूनही आशा शिल्लक होती, की सारं काही पुन्हा पूर्ववत होईल.
- पण आताच तुम्ही जे सांगितलंत त्याच्याशी हे विसंगत नाही का?
- विसंगत?
- म्हणजे स्वत:च्या बळावर स्वत:चं आयुष्य उभं करताना तुम्ही आनंदी होतात ना? मग क्षमेची अपेक्षा विसंगत नाही का?
- होय. थोडीशी.
- मग?
- मग काय?
- मग त्यात विसंगती आहेच तर.
- माझ्या बाळा, माणूस हे विसंगतींचं जाळं आहे. विशेषत: आम्ही ज्यू लोक...
- तुम्ही म्हणताय...
- थोडक्यात त्या भयंकर दिवसांत मी रोझेला नावाच्या मुलीला पूर्णपणे ओळखलं. मुली, आता तुझ्या लक्षात आलं का, की मला गोष्टी का विसरायच्या नाहीयेत?
- असं आहे तर...! पाऊस येतोय का?
- असं वाटतंय. आत जाऊ या का?
- तुम्ही आत जा, मॅडम रोझेला... मला जायला हवं.
- का?
- मला भेटायला जायचंय.

- काय? कोणाला? कसं काय?
- मी आता तुम्हांला काही सांगू शकत नाही. पण कदाचित पुढच्या आठवड्यात तुम्हांला सांगू शकेन.
- प्लीज मुली, तू माझं कुतूहल चाळवलंस.
- मी म्हटलं ना, पुढच्या आठवड्यात.
- ठीक आहे. तसं कर. पण हा आठवडा माझ्यासाठी फार लांबलचक असेल याची खातरी बाळग.

१७

- मॅडम रोझेला, काय करताय?
- अरे! मुली, गेल्या आठवड्याने मला अगदी खिळखिळं करून टाकलंय.
- खरं तर हे मला दुरूनही दिसत होतं.
- खरंच?
- मला तुम्हांला निराश करायचं नाहीये. पण खरंच तुम्ही जशा दिसताय ते मला आवडत नाहीये.
- मुली, काळजी करू नकोस. तुझ्यापेक्षाही मी माझी अवस्था नीट जाणून आहे... तुझी वाट पाहताना मला स्वत:ला ताजंतवानं करण्याची संधी मिळाली नाही. मला माफ कर.
- तुम्ही गंमत करताय.
- संध्याकाळी गाढ झोप लागणं कठीण झालंय. अनेकदा रात्रीच्या वेळी गुदमरल्यासारखं होऊन जाग येते. नंतर परत झोप लागेपर्यंत छताकडे पाहत पडून राहावं लागतं.
- मग हॉस्पिटलमध्ये का नाही गेलात?
- मला माझे उरलेले दिवस माझ्या घरात घालवायचेत.

- मी तिथे तुम्हांला सोबत करू शकते. तुमची सोबती म्हणून तिथे तुमच्याबरोबर राहूही शकते.
- तुझे खूप खूप आभार. तू येण्याच्या जरा आधी डॉ. जाल येऊन गेले. त्यांच्या म्हणण्यानुसार बागेत बसणं माझ्यासाठी अधिक फायदेशीर ठरेल. निदान मला थोडा प्राणवायू मिळू शकेल.
- कसं वाटतंय तुम्हांला?
- जणू मी मरणार आहे.
- मॅडम रोझेला!
- माफ कर मुली! हा केवळ एक विनोद होता.
- नक्कीच! फारच मजेदार. तुम्हांला हे माहीत असायला हवं की तुम्हा ज्यू लोकांची विनोदबुद्धी कधी कधी घाबरवून टाकते.
- विनोद बाजूला ठेवला, तरी रात्रीच्या वेळी धापा टाकत उठल्यावर परत झोपेची आराधना करताना बिछान्यावर पडलेल्या अवस्थेत आपल्या शरीराचं निरीक्षण करणं आणि त्याला समजून घेणं अतिशय आनंदादायक असतं. आल्दो एक विलक्षण गोष्ट सांगत असे, 'जर तुम्हांला तुमच्या शरीरातल्या एखाद्या अवयवाचं अस्तित्व जाणवत असेल, तर त्याचा अर्थ तो अवयव आजारी आहे.'' म्हणून मुली, बघ, जेव्हा मी रात्री पुन्हा झोप येण्यासाठी साहाय्यक ठरणाऱ्या चमत्काराची वाट पाहत असते, त्या वेळी मला माझ्या शरीरातल्या प्रत्येक अवयवाची जाणीव होत असते.
- मॅडम रोझेला, मला खरंच खूप वाईट वाटतंय.
- पण कृपा करून अश्रू वाहू देऊ नकोस. नाही तर हे पापणीचे लांब, सुंदर केस भिजतील.
- मी काही करू शकले असते तर..
- अगं तुला जे करता येण्यासारखं आहे, ते तू उत्तम रीतीने करते आहेस. याबाबत कृपा करून खातरी बाळग. तू दर आठवड्याला इथं येतेस आणि माझ्याशी गप्पा मारतेस.
- पण त्यात चांगलं काय आहे?
- बोलणं हेच चांगलं आहे, मुली... शब्द आपल्या आतला

स्तब्धपणा संपवतात. शब्दात प्रकट केल्यावर अतिशय तीव्र अशा वेदनाही शमतात. राब्बी हामा म्हणतात, 'देवाच्या कृपेसारखी असलेली आपली बोलण्याची क्षमता ही या जगाच्या उत्पत्तीइतकीच महत्त्वाची आहे.'

- मला खरंच माफ करा की मी... तुम्हांला माहीत आहे... असं तुमच्यासमोर...
- मग तुमची पूर्वनियोजित भेट कशी झाली?
- कोणती पूर्वनियोजित भेट?
- अरेच्चा! गेल्या आठवड्यात कोणालातरी भेटायचं ठरलंय असं सांगून तू इथून पळाली होतीस.
- अरे हां! बरोबर.
- कोणाला भेटायला गेली होतीस?
- अं... तोच क्लॉस-पीटर.
- तो प्रोफेसर?
- होय.
- की असिस्टंट प्रोफेसर होता तो?
- काय फरक पडतो, मॅडम रोझेला? तो एक मूर्ख अहे.
- तर मग तू त्यालाही झापलंस की काय?
- आपण असं म्हणू या की मी त्याला राजीनामा द्यायला भाग पाडलं.
- ते कसं?
- मी त्याला सांगितलं की, मी समलिंगी आहे — लेस्बियन.
- काय?
- लेस्बियन.
- थांब. थांब. हा शब्द अजूनही त्याच अर्थाने योजतात का?
- अर्थात.
- पण तू अशी का वागतेस?
- कारण त्याला नखं खायची सवय आहे.
- काय म्हणालीस?
- तो नखं खातो, मॅडम रोझेला... मी माझ्या वडलांच्या प्रेयसींपेक्षाही

जास्त ज्या गोष्टीचा तिरस्कार करते ती गोष्ट म्हणजे एखाद्या नखं खाणाऱ्या पुरुषाचं दर्शन.

- याबाबत मात्र तू चूक आहेस असं म्हणणार नाही.
- तुम्ही त्याचे हात पहायला हवे.
- ईऽऽऽ!
- ते कसे दिसत असतील याची तुम्ही कल्पना करू शकता.
- कृपा करून हे थांबव पाहू.
- ते फारच खरबरीत आणि किळसवाणे दिसतात.
- पुरे, तरुण मुली! मला कसंतरीच वाटतंय.
- ठीक आहे. हीच वस्तुस्थिती आहे.
- आणि मी मात्र सर्वस्वी वेगळ्या गोष्टीची कल्पना केली होती.
- मॅडम रोझेला, तुमची काय अपेक्षा होती?
- गेला पूर्ण आठवडाभर मी तुझ्या गोष्टीची उत्सुकतेने वाट बघत होते.
- आणि मी नख खाण्याची भयंकर गोष्ट सांगितली. बरोबर?
- हाय रे दैवा!
- तुम्ही खूपच निराश झालात का?
- जराशी.
- पण भरपाईदाखल माझ्या पोतडीत दुसरंही काहीतरी आहे.
- आणि काय आहे ते?
- कोणास ठाऊक! कदाचित या आठवड्यात मी सर्किसला भेटले असेन...
- तू चेष्टा करतेयस.
- नाही. मी गंभीर आहे.
- तू भेटलीस त्याला? कुठे? कशी काय?
- त्याचं असं झालं की, माझ्या अपेक्षेनुसार माझ्यावर लक्ष ठेवण्यासाठी माझ्या वडलांनी लगोलग दुसऱ्या माणसाची नेमणूक केली. मी रस्त्यावर विकण्यासाठी वर्तमानपत्रं घ्यायला जात होते, त्या वेळी एखाद्या रखवालदारासारख्या दिसणाऱ्या कझाक माणसाला माझ्यामागे येताना पाहिलं. रू-दे-ल-ऱ्होन नंतरच्या पायऱ्यांवर

त्याने मला अडवलं आणि चमत्कारिक अशा टर्किश भाषेत मला सांगितलं की मी रस्त्यावर वर्तमानपत्रं विकू शकत नाही कारण त्यासाठी माझ्या वडलांची परवानगी नाही. मग मी त्याला सांगितलं की, त्याने त्याचं काम करावं. माझ्या भानगडीत पडू नये. त्याने माझा दंड धरण्याचा प्रयत्न केला, तेव्हा मी त्याच्या गुडघ्यावर लाथ हाणली. पण तो खूपच थोराड आणि दणकट होता. माझा वार म्हणजे त्याच्यासाठी एखाद्या माशीचं घोंघावणं होतं. त्याने माझा दंड धरला आणि तो मला खेचायला लागला. मी किंचाळायला लागले. तुम्ही कल्पना करा की, जो रस्ता मुळातच ओसाड असतो, तो मी ओरडायला लागल्यावर पूर्णपणे निर्मनुष्य झाला. या शहरातल्या माणसांकडून माझी जशी अपेक्षा होती, तसेच लोक वागले आणि क्षणार्धात दृष्टीआड झाले. आणि अगदी त्याच क्षणी खरोखर कल्पनातीत असं काहीतरी घडलं...

- काय घडलं?
- अकस्मात शिंग फुंकल्याचा आवाज ऐकू येऊ लागला...
- शिंग?
- होय. आकाशाचा रंग बदलू लागला... अद्भुत असा वारा वाहू लागला आणि ज्याच्या पोशाखावर मोठ्ठं 'एस' अक्षर आहे असा एक जण आकाशातून अवतीर्ण झाला...
- देवा! परमेश्वरा!
- तुम्ही घाबरताय का?
- तो देवदूत होता का? मसीहा?
- मॅडम रोझेला, मी काय म्हटलं? त्याच्या पोशाखावर 'एस' अक्षर होतं, 'एम' नाही.
- कोण होता तो?
- सर्किस.
- तू चेष्टा करतेयस ना?
- अर्थातच!
- पण खरं काय घडलं?
- वस्तुस्थिती अशी होती की, सर्किस त्या सकाळी लवकरच

वसतिगृहाच्या प्रवेशद्वारापाशी आला होता. तो कोणाच्या सल्ल्यानुसार वागत होता हे मात्र मला खरंच माहीत नाही.

- माझ्याकडे अशा नजरेने पाहू नकोस मुली! मी दोषी नाहीये.
- मी तुमच्यावर विश्वास ठेवावा का?
- म्हणजे मला असं म्हणायचंय की, मी जवळजवळ निष्पाप आहे.
- जेव्हा त्याने तिथे दुसऱ्या माणसाला पहिलं, तेव्हा त्याला संशय आला. मी इमारतीतून बाहेर पडल्यावर कझाक माझा पाठलाग करू लागला आणि सर्किसने त्याचा पाठलाग सुरू केला.
- मग त्याने त्या दुसऱ्या माणसापासून तुला वाचवलं का?
- नाही खरं तर. त्यालाच मार बसला बऱ्यापैकी.
- अरेरे!
- पण मग मी इतकी गडबड केली आणि इतक्या जोरात ओरडले, की त्या माणसाला पळ काढावा लागला. अर्थात तोपर्यंत सर्किसचा ओठ फाटला होता. खाली पडल्यामुळे डोक्याला मागच्या बाजूला जखम झाली होती आणि रक्त वाहत होतं.
- खाली पडला तो?
- त्याला थोडे ठोसे बसले.
- अरेरे!
- त्या कझाकने त्या बिचाऱ्याला डोळ्यावरही मारलं.
- तुम्ही दवाखान्यात जायला हवं होतं.
- आम्ही गेलो ना.
- हे अगदी रोमँटिक आहे. नाही का?
- तुम्हांला हे सारं फारच आवडलं ना?
- होय.
- मला माहीत होतं की, तुम्हांला खूपच आवडेल.
- तू त्याच्या जखमांवर उपचार केलेस का?
- तेवढं काही नाही, मॅडम रोझेला! मी काय कुणी परिचारिका वगैरे आहे का? त्वरित उपचार करणाऱ्या विभागातल्या लोकांनी ते काम केलं. त्याला दोन टाके घालावे लागले.
- आणि मग?

- मी त्याचे आभार मानले. त्याने मला शुभेच्छा दिल्या आणि आम्ही आपापल्या वाटेने गेलो.
- इतकंच घडलं?
- आम्ही आणखी काय करायला हवं होतं?
- म्हणजे तुम्ही कुठे गेला नाहीत का? एखादं पेय वगैरे घेण्यासाठी?
- नाही, मॅडम रोझेला!
- त्याने तुला काहीतरी विशेष असं म्हटलं वा सांगितलंही नाही?
- नाही. काय सांगू शकत होता तो? काय विशेष सांगणार होता तो?
- मला माहीत नाही. ठीक आहे.
- मान्य करा पाहू. तुम्ही त्याला ही युक्ती सांगितली होती. बरोबर ना? तुम्ही त्याला चावी मारलीत की त्याने तिथे येऊन माझ्याशी बोलावं.
- चावी? म्हणजे?
- माझ्याशी हे खेळ नकोत. तुम्हांला बरोबर समजलंय मला काय म्हणायचंय ते.
- पण त्याने तुला काहीच सांगितलं नाही?
- काय सांगायचं होतं?
- हेच की, ज्या क्षणी त्याने तुला पाहिलं, त्या क्षणी तो तुझ्या प्रेमात पडला... हेच की, त्याचं मन आता पूर्णपणे तुझ्यापाशी गुंतून पडलंय... हेच की, जर तू त्याला संधी दिलीस, तर तो तुला कधीही निराश करणार नाही.
- हे सारं तो मला सांगणार होता का?
- बहुधा...
- अरे देवा रे! मला बरं वाटलं की त्याने तसलं धाडस केलं नाही.
- का?
- मला माहीत नाही, पण त्याला ते धैर्य झालं नाही याचा मला आनंद आहे. तुम्ही हे जे काही केलंत याला काय म्हणतात माहीत आहे?
- काय म्हणतात, तरुण मुली?

- याला भोचकपणा म्हणतात, मॅडम रोझेला. याला दुसऱ्या माणसाच्या आयुष्यात लुडबुड करणं म्हणतात.
- आता मात्र तुझ्या बोलण्याने मी खरंच अस्वस्थ झाल्येय. ज्याची काळजी वाटते अशा माणसाच्या बाबतीत काहीतरी चांगलं घडावं अशी इच्छा करण्याला लुडबुड करणं का मानलं जावं?
- मी माझं स्वत:चं आयुष्य नीट मार्गी लावू शकते. ठीक आहे?
- होय नक्कीच... ते उघडच आहे आणि म्हणूनच...
- हं?
- ...
- हं? बोला, मॅडम रोझेला. म्हणूनच काय?
- ...
- मॅडम रोझेला?
- ...
- मॅडम रोझेला, तुम्ही ठीक आहात ना? झेल्दा! झेल्दा! इकडे या. मॅडम रोझेला ठीक दिसत नाहीत. लवकर!

१८

- आता कशा आहात तुम्ही?
- कशी असू शकते मी?
- खरंच! तुम्ही डॉक्टरांना फारच धावपळ करायला लावलीत.
- मला माझ्या घरापासून दूर राहणं पसंत नाही, मुली!
- होय. पण तुम्ही अतिरेक करू नये. हे मी आतापर्यंत पाहिलेलं सर्वांत चांगलं रुग्णालय आहे. शिवाय इथला मुख्य डॉक्टर योगायोगाने मिस्टर आल्दोंचा विद्यार्थी निघाला. आणखी काय पाहिजे?

- जेव्हा माझ्या मनात येतं की, मी माझं घर पुन्हा पाहू शकणार नाही...
- काय हे, मॅडम रोझेला! आधी बऱ्या व्हा पाहू. मला आशा आहे. त्यानंतर आपण मिळूनच घरी जाऊ.
- 'आशा'... चांगला शब्द आहे.
- नाही. कृपा करून निराश होऊ नका.
- माझ्या रडण्याकडे लक्ष देऊ नकोस. या क्षणी मला माझ्या संभाव्य मृत्यूपेक्षाही एका गोष्टीचा त्रास होतोय. ती म्हणजे मी माझी गोष्ट मला पाहिजे त्या पद्धतीने तुला सांगू शकणार नाही.
- गोष्ट नंतरही सांगता येईल. अगोदर तुम्ही बरं व्हायला पाहिजे.
- नाही. नाही. मला तुला सांगायला आवडेल.
- होय नक्कीच. म्हणजे मग तुम्हांला बोलू दिल्याबद्दल आणि तुमची दमणूक झाल्याबद्दल तुमचे डॉक्टर माझा जीव घेतील.
- मला काहीही अपूर्ण ठेवायला आवडत नाही.
- झेल्दा! तुम्हांला काय वाटतं? आपण त्यांना बोलू दिलं पाहिजे? पहा बरं. झेल्दालाही माझं म्हणणं पटतंय.
- ओह झेल्दा! मला विरोध करण्यासाठी तू या दिवसाची वाट पाहत होतीस का?
- अहो, कृपा करून बोलू नका आता.
- मुली, तुला समजत नाहीये. पूर्वी तुला माझी गोष्ट ऐकण्याची ओढ लागत असे.
- मला अजूनही लागते. पण तुम्ही दमून जावं असं मला वाटत नाही.
- तुला ठाऊक आहे, मला कोणतीही गोष्ट अपुरी ठेवणं पटत नाही. आणि समजा, गोष्ट पूर्ण करण्यापूर्वीच मला मरण आलं, तर मागे एक काम अर्धवट सोडल्यामुळे मला शांती लाभणार नाही.
- अरे देवा! मॅडम रोझेला! ठीक आहे. तुम्हांला हवं ते करा. पण निदान हळूहळू बोला. स्वत:ला न थकवता गोष्ट सांगा.
- तू सर्किसला पुन्हा भेटलीस का?

- नाही. नाही भेटले.
- तो भारीच लाजाळू तरुण आहे. कधी कधी मला निराश करतो.
- तुम्ही मला तुमची गोष्ट सांगणार आहात की नाही?
- आपण कुठे थांबलो होतो?
- तुम्ही घर सोडलं होतंत. आणि एलेनीसोबत राहत होतात.
- होय. मॅडम एलेनी... माझ्या कठीण काळातली विश्वासपात्र व्यक्ती. स्वतःला शोधण्याच्या माझ्या साहसाची एकमेव साक्षीदार.
- आणि एन्वर रीगन?
- एन्वरच्या भोवतीचं कडं दिवसेंदिवस आवळत चाललं होतं. सर्वत्र राजकीय पोलीस होते आणि तो जिथे जिथे जात होता, तिथे तिथे त्याला असुरक्षित वाटत होतं. त्याच्यामुळे मीही संकटात सापडेन असंही तो बोलून दाखवत होता. खरं म्हणजे ते चुकीचं नव्हतं. कारण लग्नामुळे मला तुर्की पासपोर्ट मिळाला होता, पण नाझी सरकारने माझं जर्मन नागरिकत्व रद्द केलं होतं. त्यामुळे माझी परिस्थिती अस्थिर झाली होती. शिवाय मी माझ्या नवऱ्याच्या कुटुंबासोबत न राहता लांगमध्ये एकटीच राहत होते. आणि मी जर परदेशी नोंदणी कार्यालयाला सापडले असते, तर त्यांनी माझं काय केलं असतं ते मला माहीत नव्हतं. स्वप्नात मला माझ्या मुलीसोबत जर्मनीला जाणाऱ्या बोटीवर चढवलेलं मी पाहत असे... बंदरावर जर्मन आमची वाट पाहत थांबलेले असत आणि मी नेहमी किंचाळत जागी होई.
- तुम्हांला थोडं पाणी देऊ का?
- धन्यवाद... एके दिवशी एन्वर रीगनने सुचवलं की, आम्ही वेगळं व्हावं.
- कदाचित त्यांना तुम्हांला सुरक्षित ठेवायचं असेल.
- म्हणजे, तो तसंच म्हणाला. पण माझ्यातल्या स्त्रीला असं वाटलं की, मी मला संपूर्णपणे त्याच्या हाती सोपवलेलं नाही या वस्तुस्थितीचा त्याच्या त्या इच्छेशी संबंध आहे.
- म्हणजे तुम्ही त्यांच्याबरोबर झोपत नव्हतात म्हणून का?
- मला माहीत आहे की या शब्दांत असं म्हणणं हे काहीसं कठोर

वाटू शकेल. पण मी काय म्हणू शकते... मला संशय होता की, मी त्याला जे देऊ शकत होते ते पुरेसं नव्हतं. आणि त्याला इतर स्त्रियांकडून जे मिळत होतं ते माझ्याकडून मिळत नव्हतं.

- म्हणजे मला माहीत नाही मॅडम रोझेला, पण तुम्ही मला ज्या माणसाविषयी सांगितलंत, तो माणूस केवळ या एका कारणाने तुम्हांला सोडेल असं वाटत नाही.
- मला माहीत आहे. कदाचित मी त्याच्यावर अन्याय करत असेन. आतासुद्धा. शिवाय त्याचं नेमकं, मुद्देसूद, कुशल भाषण तू ऐकायला हवं होतंस. प्रिय झेल्दा, जरा ही उशी नीट करतेस का?
- ठीक आहे झेल्दा. मी केली.
- बिचारी झेल्दा. काल रात्रभर ती झोपू शकली नाही.
- बरोबर... झेल्दा तुम्ही घरी जाऊन थोडी विश्रांती का घेत नाही? तसंही मी आहेच इथे.
- मुली, मला वाटतं तिलाही गोष्ट ऐकायचीय.
- तिने यापूर्वी ऐकली नाहीये का?
- ही गोष्ट यापूर्वी कुणीच ऐकलेली नाही.
- आहाहा!
- तुला काय वाटलं?
- यावर मी काय म्हणू शकते? सांगा तर मग. पण कृपा करून दमू नका.
- त्या दिवशी लालेलीमधल्या चहागृहात आम्ही भेटलो. तो म्हणाला की, काही काळ आपण एकमेकांना भेटलो नाही, तर ते बरं होईल. पोलीस त्याच्या मागावर आहेत आणि आपण भेटत राहिलो आणि जर त्याला पकडलं, तर ते मलाही ताब्यात घेऊ शकतील.
- म्हणजे त्यांच्याजवळ सबळ कारण होतं.
- तू त्याला पाहायला हवं होतंस. हे सांगताना तो पूर्ण वाढलेला पुरुष एखाद्या लहान मुलासारखा रडत होता.
- खरंच?
- मुली, तू कधी तुझ्या वडलांना रडताना पाहिलंयस?

- नाही. मी नाही पाहिलंय.
- मी माझ्या वडलांना दोन वेळा रडताना पाहिलंय. पहिल्यांदा, जेव्हा माझं लग्न झालं, तेव्हा; आणि दुसऱ्यांदा बर्लिनच्या रेल्वे स्थानकावर, मी इस्तंबूलला निघाले तेव्हा मला निरोप देताना... एन्वर रीगन ज्या तऱ्हेने रडत होता, त्यामुळे त्याचाही माझ्यावर तसाच परिणाम झाला.
- एखाद्या पुरुषाला रडताना पाहणं फारच हृदयद्रावक असेल.
- आणि माझ्या बाळा, बलवान व्यक्तीचे अश्रू आपल्याला खूप काही शिकवून जातात. मग ते तुझे वडील असोत किंवा तो एखादा थोर कवी असो.
- आणि तरीही तुम्हांला संशय होता.
- त्यावर माझं नियंत्रण नव्हतं. पण तू एक स्त्री आहेस आणि मला काय वाटत असेल हे तू समजू शकतेस. त्या रात्री माझ्या डोळ्याला डोळा लागला नाही. मी या कुशीवरून त्या कुशीवर वळत राहिले. तो कोणासोबत रात्र घालवत असेल याचा विचार करत, शोध घेत राहिले. पहाट झाली, त्या वेळी माझा निश्चय झालेला होता.
- कसला निश्चय?
- त्याला माझ्याकडून जे काही हवंय ते द्यायचा.
- म्हणजे?
- म्हणजे त्याला माझा ताबा घेऊ देण्याचा. त्याच्याबरोबर प्रेम करण्याचा. आज जे काही तुम्ही म्हणत असाल... कारण एन्वर रीगन हा फक्त माझाच असला पाहिजे असं त्या वेळी मला अट्टाहासाने वाटत होतं.
- थोडं पाणी घेता?
- नको. धन्यवाद.
- कृपा करून उत्तेजित होऊ नका. डॉक्टर...
- ते सोड बरं! मग पुन्हा एकदा मी तान्याला मॅडम एलेनीकडे सोपवलं आणि मी कगलोग्लूमधल्या छापखान्यात गेले. त्यांनी सांगितलं की त्या दिवशी तो तिथे कामाला आला नव्हता. म्हणून

मग मी त्याच्या घरी गेले. फेतिहमध्ये दोन खोल्यांच्या सदनिकेत तो राहत असे. एका अपरिचित माणसाने दार उघडलं. आतमध्ये मोठ्या मिशा असलेला आणि काळ्या जाड फ्रेमचा चश्मा लावलेला एक माणूस पत्रासारखा दिसणारा एक कागद वाचत होता. 'तुम्ही रोझेला गलान्ते का?' त्यांनी कठोरपणे विचारलं. नंतर त्यांनी ते पत्र मला वाचायला दिलं.

- ते पोलीस होते का?
- राजकीय पोलीसदलापैकी.
- ते घरात कसे शिरले?
- घर सोडताना एन्वरने घराच्या चाव्या खालच्या मजल्यावर राहणाऱ्या घरमालकाकडे सुपूर्द केल्या होत्या.
- म्हणजे ते निघून गेले होते.
- होय. त्याने पत्रात लिहिलं होतं की, तो निघून जात आहे. त्याला इस्तंबूलमध्ये सुरक्षित वाटत नव्हतं, हे त्यानं त्यापूर्वीही सांगितलं होतं. त्याच्या आणि माझ्या, आम्हा दोघांच्या सुरक्षिततेसाठी तो दूर निघून जाणार होता.
- आपण कुठे जात आहोत हे त्यांनी लिहिलं होतं का?
- अर्थातच नाही. माझ्यापूर्वी त्यांना ते पत्र मिळेल असाही विचार त्याने केला असावा.
- पण त्यांना ते पत्र तुमच्या दरवाज्याखालून आत सरकवता आलं असतं. नाही का?
- बरोबर आहे तुझं. पण मला शंका आहे की ते पत्र माझ्या आधी पोलिसांच्या हाती पडावं अशीच त्याची खरी इच्छा असावी. मला त्याचा ठावठिकाणा माहीत नाही हे पोलिसांना पटवून देण्याचा हा एकमेव मार्ग त्याच्यापाशी होता.
- म्हणजे तुम्हांला सुरक्षित ठेवण्यासाठी ते धडपडत होते.
- कदाचित.
- पोलिसांनी तुम्हांला सहजपणे जाऊ दिलं का?
- अर्थातच नाही. कारण मी मुस्लीम नव्हते. ते मला प्रथम सेन्सरायनला घेऊन गेले.

- सेन्सरायन?
- पोलीस खातं, मुली!
- हो का? त्यांनी त्रास दिला तुम्हांला?
- म्हणजे शारीरिकदृष्ट्या नाही. जर का आपण सगळी धक्काबुक्की, ढकलाढकली वगळली, तरच अर्थात. एक वयस्क पोलीस अधिकारी माझ्याशी वडिलकीने बोलला. त्याने मला सांगितलं की, एन्वर रीगनने मूर्ख बनवलेली मी एकटीच स्त्री नाहीये आणि हे की, साम्यवादी लोकांनी माझ्यासारख्या अनेक जणींची फसवणूक केलीय. जर एन्वर रीगन कुठे आहे हे मी सांगितलं, तर ते पासपोर्ट कचेरीला न कळवता माझी केस बंद करतील अशा शब्दांत मला छुपी धमकी द्यायलाही तो विसरला नाही.
- मग तुम्ही त्यांना काय सांगितलं?
- मी त्यांना सांगितलं की मी ते पत्र पोलीस प्रतिनिधींनी वाचल्यानंतरच वाचलं. आणि हेही सांगितलं की, तो कुठे जाणार आहे याविषयी त्याने मला काहीच सांगितलं नाही.
- तुम्ही देवाची शपथ जरी घेतली असती, तरी ते पाप ठरलं नसतं.
- खरं तर मला दोन शक्यतांची शंका होती. मला आठवतं, एन्वर फोनवर मित्रांशी बोलत असताना म्हणाला होता की, काही लोक काळा समुद्र ओलांडून वाना येथे गेले होते.
- त्यांनीही तसंच केलं होतं का?
- कदाचित. तो युद्धाचा काळ होता हे लक्षात घेतलं, तर ते खरोखरच कठीण होतं. मला कधीच त्याविषयी समजलं नाही.
- मग तुम्हांला काही माहीत नाही यावर त्यांचा विश्वास बसला कसा?
- हादेखील माझ्यासाठी एक चमत्कार आहे... तीन दिवस त्यांनी मला सेन्सरायनमध्ये ठेवलं होतं. त्या काळात त्यांनी माझ्या पूर्वायुष्याचा शोध घेतला असावा. मी एका तुर्की ज्यू माणसाची पत्नी आहे हे त्यांना तसंही माहीतच होतं. त्यांनी आल्दोच्या कुटुंबाचीही माहिती काढली. त्यांना कदाचित असंही वाटलं असेल

की, जर्मनीत ज्यूंना भट्टीत जाळणं सुरू असताना तडीपार केलं जाण्याचा धोका मी वेडेपणानं पत्करणार नाही. मला खरंच माहीत नाही.

- तुम्ही नशीबवान होतात.
- मी कायम असाच विचार करते की, देवाने तान्यासाठी मला वाचवलं. तान्याच्या निष्पापपणानं मला सांभाळलं आणि माझ्या आयुष्याचं रक्षण केलं.
- तुम्हांला आठवण येते का?
- एन्वरची?
- नाही. तान्याची.
- खूपच.
- एकमेकांशी तुम्ही बोलत नाही हे तुम्ही मला का नाही सांगितलं?
- हो. तुझं बरोबर आहे. खरं तर या मुद्यापाशी नंतर येण्याची माझी योजना होती. पण माझ्यापाशी वेळ किती कमी उरलाय हे मला तेव्हा माहीत नव्हतं.
- तुम्ही पुन्हा कुढू लागलात.
- काय म्हणालीस?
- काही नाही, झेल्दा, तुमचं बरोबर आहे. मॅडमना विश्रांतीची गरज आहे. चला, मॅडम रोझेला, डोळे बंद करा. तुम्हांला जाग आल्यावर आपण बोलणं सुरू ठेवू या.

१९

- अरे वा! तुम्ही तुमची लाडकी वाहिनी पुन्हा शोधून काढलीत.
- इथल्या परिचारिका दयाळू आहेत. त्यांनी लगेच ती वाहिनी सुरू करून दिली.
- मला जरा पाहू द्या. ती मोनिका सेलेस आहे ना?
- शाब्बास मुली! मी गेला अर्धा तास या मुलीचं नाव आठवण्याचा प्रयत्न करत होते.
- आणि तिच्या विरुद्ध बाजूने आहे तिचं नाव मॅगडालीना असं काहीतरी आहे.
- सर्विस करताना मोनिका जे आवाज काढते त्यांमुळे मी अस्वस्थ होते. फारच त्रासदायक.
- काळजी नका करू. लवकरच दुसरंही कुणीतरी त्रासून जाऊन तिच्यावर वार करेल.
- अरेच्च्या! याच सामन्यामध्ये?
- बहुधा! मला खातरीने वाटतंय.
- त्या बिचाऱ्या मुलीवर का वार केला त्यांनी?
- मला कल्पना नाही. स्टेफी ग्राफच्या कुणातरी पिसाट चाहत्याने तसं केल्याचं वर्तमानपत्रात आलं होतं.
- किती भयंकर आहे...
- पण दुसरं महत्त्वाचं म्हणजे आज तुम्ही चांगल्या दिसताय.
- हो का! तू दयाळू आहेस.
- लवकर बऱ्या व्हा. मग आपण दोघी एक सेट खेळू या.
- हो, नक्कीच!
- मी गंभीरपणे बोलतेय. तुम्हांला तो विजयाचा अंतिम सामना खेळायचा होता, तो आपण खेळू शकतो.
- मुली...
- पण मी एक सांगते. माझ्याविरुद्ध जिंकण्याची संधी मात्र तुम्हांला मिळणार नाही.

- मला वाटतं, आपल्या दोघींना हे चांगलंच माहीत आहे की मी इथून बाहेर जाऊ शकणार नाही. नाही का?
- अच्छा! म्हणजे वायफळ बडबड करण्याची वेळ सुरू झाली का?
- पण आपला प्रत्येक संवाद एखाद्या उत्तम सेटप्रमाणे होता हे मला कबूल केलंच पाहिजे.
- होय, म्हणजे...
- टेनिस हाही एक संवादच आहे तरुण मुली! आपला स्पर्धक जितक्या उत्तम पद्धतीने चेंडू परतवेल, तितक्या उत्तम पद्धतीने आपण तो मारू शकतो. जर आपला स्पर्धक कुशल नसेल, तर आपण उत्तम खेळाडू असून फारसा उपयोग नाही. मग मात्र तो खेळ भयानक होत जातो.
- मी यावर काय म्हणू? धन्यवाद.
- हा खरंच सुंदर अंतिम सामना होता. त्याबद्दल मीच तुझे आभार मानायला हवेत.
- मॅडम रोझेला, आपण क्रियापदांची ही शहारा आणणारी भूतकाळी रूपं जरा बाजूला ठेवू शकतो का?
- पण इथं या रुग्णालयाच्या खोलीत यंत्रांना जोडलेल्या अवस्थेत मी पडलेली असताना भविष्याकाळाबद्दल बोलणं अशक्य आहे. फारसं सोपं नाही ते.
- मग तुम्ही भूतकाळाविषयी बोलायला हवं.
- तुला खरंच वाटतंय मी त्याविषयी सांगावं?
- अर्थात. हे असलं काहीतरी बोलण्याऐवजी.
- आपण शेवटी कशाविषयी बोलत होतो?
- तुम्ही आणि तुमची मुलगी एकमेकींशी का बोलत नाही...
- होय.
- पण तुम्ही जर दमला असाल, तर...
- मी दमलेय खरी. पण मला गोष्ट पूर्ण करायला आवडेल.
- मी परिचारिकेला बोलावू का?
- त्याची गरज नाही. तीन दिवस भीतिदायक अवस्थेत काढल्यानंतर त्यांनी मला आल्दोच्या कुटुंबाकडे सुपूर्द केलं. त्या वेळी माझी

प्रिय लिनेटच मला न्यायला आली होती... तिच्या आग्रहामुळे कुटुंबातील लोकांनी माझा स्वीकार केला. नाइलाजाने अर्थातच... आल्दोकरता... मला इतकं कठोरपणे वागवल्याबद्दल त्यांना थोडी लाजही वाटत असावी. अखेर मी कुटुंबाचं नाव धुळीला मिळवण्यासारखं असं काहीही केलं नव्हतं.

- अगदी बरोबर.
- पण त्याच वेळी, आता पूर्वीसारखं काही राहिलं नव्हतं.
- तुम्हांला त्यानंतर एन्वर रीगनविषयी कधीच काही कळलं नाही का?
- एका महिन्यानंतर वर्तमानपत्रांनी लिहिलं होतं की 'देशाला घातक असलेला एक साम्यवादी कवी रशियात फरार झाला.' पुन्हा एकदा जॅकलीनने कुटुंबातल्या लोकांना चिथवण्याचा प्रयत्न केला. पण त्यानंतर आमच्या कुटुंबाला संपत्ती कर आणि अस्कले येथे हद्दपारी अशा इतर अनेक दुर्दैवी गोष्टींना सामोरं जावं लागलं आणि त्यांच्यापुढे माझं छोटं साहस अगदीच निष्प्रभ होऊन गेलं.
- तुम्ही त्यांना कधी पत्र वगैरे लिहिलंत?
- नाही मुली. मी माझी गोष्ट माझ्या हृदयात दफन करून टाकली. मला भीती होती की, जर सारं काही पुन्हा जागृत झालं, तर मी कणखर राहू शकणार नाही आणि माझ्या भोवतीच्या लोकांना संकटात लोटेन. ते सारं काही पुन्हा अनुभवण्याची शक्ती माझ्यात नव्हती.
- तुमचं बरोबरच होतं.
- पण नेहमीच ते तेवढं सोपंही नव्हतं. मी अनेक वर्षं स्वत:ला दोष दिला... कारण मी कणखर राहिले नाही... माझ्या प्रेमाची बाजू मी मांडली नाही, की त्याचं संरक्षणही केलं नाही. कारण मला कुठलाही धोका पत्करायचा नव्हता.
- तुम्ही काय करू शकत होतात?
- मी त्याच्या मागोमाग जाऊ शकत होते.
- कुठे? रशियाला?
- होय.

- पण मग तान्याचं काय झालं असतं?
- मला वाटतं आमचं नातं आता जे आहे त्यापेक्षा अधिक वाईट काही झालं नसतं.
- मला माहीत नाही, मॅडम रोझेला... हे खूप कठीण आहे.
- मला वाटतं, युद्ध संपल्यामुळे आणि सगळे मार्ग पुन्हा सुरक्षित झाल्यामुळे जिने जळतं, चरचरीत दुःख अनुभवलं अशी मी एकमेव व्यक्ती होते.
- कारण मग एन्वर रीगनना भेटण्याची आशाच उरली नाही.
- होय. आल्दो लगेच येऊन आम्हांला त्याच्या राहत्या घरी घेऊन गेला. आम्ही परत भेटलो, तेव्हा तो खूपच वयस्क दिसू लागला होता... जणू काही दरम्यान पाच नव्हे, पंचवीस वर्षं लोटली होती. त्याचे केस कमी झाले होते आणि वजनही खूप उतरलं होतं. चांगला बदल एकच झाला होता, तो म्हणजे त्याची शिक्षण क्षेत्रातली कारकीर्द. शिवाय युद्धकाळात तो ज्या वृद्ध ज्यू जोडप्यासह राहत होता, त्याने ते घर त्याच्या नावावर केलं होतं.
- तुमचं सध्याचं घर?
- होय मुली. युद्धाकाळाविषयीची एकमेव चांगली आठवण... जवळपास सव्वा सहा कोटी माणसं मृत्युमुखी पडल्यानंतर महायुद्ध संपलं होतं... कसेतरी आम्ही वाचलो होतो... चांगलं की वाईट माहीत नव्हतं, पण नवीन आयुष्य आमची वाट पाहत होतं आणि आमचा भूतकाळ आम्ही चुकत्या केलेल्या किमतीने भरलेला होता. माझ्या फार थोड्या अपेक्षा होत्या. आणि मी आनंदाने तिथे राहणं स्वीकारलं.
- लांबच लांब साठ वर्षं.
- होय मुली. लांबलचक साठ वर्षं.
- तुम्ही इस्तंबूलला परत का गेला नाहीत?
- मला नक्की नाही सांगता येणार... कदाचित माझ्या आठवणींना क्षती पोहोचेल, अशी भीती मला वाटत असावी... शिवाय मी दूरचित्रवाणीवर पाहिलेलं शहर मला माहीत असलेल्या शहरासारखं दिसत नव्हतं.

- याबाबतीत तुम्ही अगदी बरोबर आहात. मिस्टर आल्दो बहुधा अजूनही तुमच्या प्रेमात असावेत.
- तो गेला त्यानंतरच मला त्याची खातरी पटली.
- असं का?
- त्याच्या अंत्यसंस्कारांनंतर काही दस्तऐवज शोधण्याकरता मी त्याची कागदपत्रं पाहत होते आणि त्या वेळी युद्धकाळात इस्तांबूलमधून त्याला पाठवलेली काही पत्रं माझ्या पाहण्यात आली. ती सगळी जॅकलीनने पाठवली होती.
- अरेच्चा! काय लिहिलं होतं तिने?
- ती सगळी पत्रं वाचणं मला सहन झालं नाही. पण पहिलं एक पत्र मी वाचलं, त्यामध्ये मी माझ्या नवऱ्याला कसं फसवलं याविषयी लिहिलं होतं. मी एन्वरला कशी भेटत होते, आम्ही एकत्र कुठे कुठे जात होतो, लालेलीमधलं चहागृह आणि इतरही... आल्दोला तिने प्रत्येक गोष्टीचा क्रमवार अहवाल सादर केला होता असं दिसत होतं.
- आणि मिस्टर आल्दोंनी एका शब्दाने या सगळ्याविषयी तुम्हांला छेडलं नाही.
- नाही. त्याने विचारलं नाही.
- पण तरीही त्यांनी ती सगळी पत्रं ठेवली होती.
- होय.
- जवळपास साठ वर्षं...
- होय.
- एखाद्या पुरुषासाठी ही फार कठीण गोष्ट आहे.
- दुर्दैवाने होय.
- आणि तान्याचं काय?
- तान्या तिच्या वडलांइतकी सहनशील नव्हती.
- तिनेही ती वाचली का?
- होय.
- तुम्ही तिला वाचायला दिलीत?
- अर्थातच नाही. पण मला ती पत्रं सापडावीत ही जशी आल्दोची

इच्छा होती... तशीच एक ना एक दिवस तिला ती पत्रं सापडावीत आणि तिने ती वाचावीत ही माझीही आंतरिक इच्छा होती. नाहीतर आम्हा दोघांपाशी पुरेसा अवधी असताना ती पत्र जाळून टाकणं शक्य होतं. शक्य होतं की नाही?

- बरोबर.
- एके दिवशी तान्या रागाने पेटून एखाद्या वादळासारखी माझ्या खोलीत आली. ती पत्रं हवेत फडफडवत जोराने ओरडत मला विचारू लागली, की मी तिच्या वडलांशी असं कसं वागू शकले?
- मग तुम्ही काय उत्तर दिलंत?
- काहीच नाही.
- म्हणजे काय?
- दृश्य डोळ्यांसमोर आण पाहू. तू माझी मुलगी आहेस आणि अचानक तुला शोध लागला, की मी दुसऱ्या माणसावर प्रेम केलं. तू काय करशील?
- मी समजू शकते, मॅडम रोझेला.
- तुला समजेल याविषयी खातरी होतीच मला, मुली!
- मी तान्याला फोन करून तिला सांगावं असं तुम्हांला वाटतंय का?
- कशाला?
- कदाचित तिला तुम्हांला भेटायचं असेल.
- तान्याचं सोड तरुण मुली, आधी जाऊन तुझ्या स्वतःच्या आईला भेट... त्या बिचाऱ्या स्त्रीने काय दुःख सहन केलं असेल ते मी चांगलंच समजू शकते.
- आता इतक्या वर्षांनंतर तिला मला भेटायचं असेल असं खरंच तुम्हांला वाटतं?
- त्याविषयी जराही शंका बाळगू नकोस.
- मॅडम रोझेला, खरंच तुम्ही ठीक आहात ना?
- होय. आहे. खरंच ठीक आहे.
- पण तुमचे हात... किती गार पडलेत तुमचे हात.
- काही फरक पडत नाही त्यामुळे.
- मॅडम रोझेला!

- ...
- झेल्दा! जा आणि लगेच परिचारिकेला बोलवून आणा.
- मुली, मी अगदी ठीक आहे. थोडीशी विश्रांती घेऊ शकले तर...
- तुमचे हात खूपच गार पडलेत.
- जरासे, पण मला मजा वाटते त्यात अगदी... अगदी... हिवाळ्यासारखे.
- कृपया अरां स्वत:कडे दुर्लक्ष करू नका बरं!
- तू किती सुंदर आहेस, माझ्या बाळा... आणि इतकी तरुण आणि टवटवीत... आणि मी... मी खूपच बोलले. आता दमल्यासारखं वाटतंय.
- सिस्टर! सिस्टर!
- ...
- ...

२०

- प्रियतम पेलीन,

  आता ज्या अर्थी झेल्दाने हे पत्र तुल दिलंय, त्या अर्थी या जगातला माझा काळ संपलेला असणार आहे. तुला वाटलं, तर माझ्यासाठी थोडंसं रडून घे. पण तुझे अश्रू फार काळ वाहू देऊ नकोस. अखेर मला दीर्घायुष्य लाभलं होतं. याहून अधिक मागणं हे अतिमहत्त्वाकांक्षेचं ठरलं असतं. अनाठायी महत्त्वाकांक्षेपोटी कुणीही आयुष्याला कवटाळून बसू नये.

  तसंच मी जरा अधिकच अनौपचारिक मायना लिहून तुला संबोधलं असेल, तर मला माफ कर. आपण दोघी दोन फ्रेंच दायांप्रमाणे एकमेकींना औपचारिक पद्धतीने संबोधत होतो, तेही गोड होतं

आणि जुन्या काळाची आठवण देणारं असं काहीसं काव्यात्मही होतं. तथापि तुझ्यासाठी असलेल्या माझ्या या शेवटच्या शब्दांमधून एखाद्या आईप्रमाणे तुझ्याशी बोलावं असं मला वाटतं.

माझ्या प्रिय मुली,

तुझ्या सुरेख बोलण्याने आणि तुझ्या सौंदर्याने तू माझे अखेरचे दिवस प्रकाशमान केलेस. त्यासाठी मी मनापासून कृतज्ञ आहे. मला आशा आहे की, तूही खूप कंटाळली नसशील. तुला सारं काही अधिक बारकाव्यासह आणि प्रसन्न पद्धतीने सांगता यावं अशी माझी इच्छा होती. पण दुर्दैवाने मी त्यातल्या त्यात एवढंच काय ते करू शकले.

तुला आता माझ्या आयुष्याविषयी बरंच काही माहीत आहे. तसंच मलाही तुझ्या आयुष्याविषयी खूपसं माहीत झालंय. आणि आता, दूर जाताना, मला कबूल केलं पाहिजे की मी एक वृद्ध राणी असल्याने तू अनवधानाने, अहेतुकपणे जे काही मला सांगितलंस आणि शिवाय ज्या गोष्टी तू शब्दांत मांडल्यास त्यांच्या आधारानेच मी बोलते आहे.

एकाकीपणा चांगला नाही ग पेलीन... विशेषत: जर तो आपण निवडलेला नसेल, जर तो स्वत: तर... आपल्या आयुष्याचा एखादा टप्पा एकाकीपणे घालवलेली एखादी व्यक्ती विचित्र गोष्टी करू शकते. उदाहरणार्थ, ती व्यक्ती तिथल्या प्रादेशिक वर्तमानपत्रांमध्ये चमत्कारिक जाहिराती देऊ शकते.

किंवा ती तिच्या आठवणींमधला तिचा भूतकाळ सजवून, आकर्षक करून त्याला एखाद्या रंगमंचीय नाट्यदृश्याप्रमाणे स्वरूप देऊ शकते.

किंवा ती आपला एकटेपणा लपवण्यासाठी आपला वर्तमानकाळ नटवू शकते. एखादा दिमित्री, एखादा अॅलेक्सी किंवा एखादा क्लॉस-पीटर आपल्या कल्पनेत निर्माण करू शकते आणि त्यांच्या अस्तित्वावर विश्वास ठेवला जावा अशी उत्कट इच्छा बाळगू शकते. मला काय म्हणायचंय, हे तुला नेमकं समजतंय, याचा मला विश्वास आहे, माझ्या प्रिय बाळा!

किंवा कधीकधी ही एकाकी माणसं आपल्यासारखी नशीबवानही

असतात. कारण ती एकमेकांना सापडतात आणि एकमेकांचं सांत्वन करतात. अगदी तुझ्या-माझ्यासारखी आणि अगदी पहिल्याच नजर भेटीत ओळखल्यासारखी. इस्तंबूलमध्ये असो, नाही तर अशा एखाद्या आत्यंतिक शिस्तबद्ध युरोपीय शहरात असो. एकाकीपणा हा सर्वत्र एकाकीपणाच असतो, प्रिय बाळा! तसंच आपण कुठेही असलो, तरी आपल्या प्रार्थना कायम सारख्याच असतात.

आठवड्याभरातच मालकी हक्काचे दस्तऐवज सोपवण्याकरता माझ्या वकिलाचा फोन तुला येईल. हे घर, ही माझी मांजर आणि झेल्दा यांची जबाबदारी आतापासून पुढे तुझी राहील. मी याबाबतीत तुझा विचार घेतला नाही, याबद्दल मला माफ कर.

घराच्या संदर्भात तान्या काही समस्या उत्पन्न करेल असं मला वाटत नाही. माझी एवढीच विनंती आहे की, जर तान्या अंत्यसंस्कारांसाठी आली, तर मी कायम तिच्यावर कल्पनातीत प्रेम केलं हे तिला तू सांगावंस. मी चांगली आई होते की नाही मला माहीत नाही, पण माझ्या हृदयात खोलवर तिच्यासाठी किती अमर्याद प्रेम आहे ते देवाला ठाऊक आहे.

प्रिय पेलीन, हे लक्षात घे की आई किंवा वडील होण्याने आपल्या हृदयात एक निरंतर वेदना निर्माण होते. तुझ्या आईला मी प्रत्यक्षपणे ओळखत नाही. पण मला खातरी आहे की, ती माझ्याशी सहमत होईल.

जे जे माझ्या अंत्यविधीसाठी हजर राहिले आणि ज्यांनी माझ्यासाठी प्रार्थना केली, त्या सर्वांना मी धन्यवाद देते. तू हे पत्र कदाचित अंत्यविधीपूर्वीच वाचलं असशील. विधी संपल्यावर कदाचित तू सर्किससोबत स्मशानभूमीतून बाहेर पडशील. कदाचित तुमच्या ओठांवर तुम्ही आपापल्या विश्वासानुसार म्हटलेल्या प्रार्थनांची चव रेंगाळत असेल. कदाचित त्या वेळी तुमचं चहा पिणं राहून जाईल. आणि सर्किस तुला त्याच्या पेस्ट्रीच्या दुकानात यायचं निमंत्रण देईल.

त्यानंतर तुम्ही दोघं क्षितिजाकडे अरुंद होत जाणाऱ्या रस्त्याने एकमेकांच्या सोबत चालत जाल. दूरवर क्षितिजापाशी ज्या वेळी

तुमचं रूपांतर दोन छोट्या सावल्यांच्या आकृत्यांमध्ये होईल, त्या वेळी हळुवारपणे कॅमेरा एका बाजूला कलेल आणि गर्द निळ्या वासंतिक आकाशावर श्रेयनामावली दिसायला सुरुवात होईल.

आणि मी, माझ्या सुंदर बाळा, सर्वांत उत्तम आसनावर बसून हे सर्व पाहत असेन. जेव्हा हिवाळ्यापूर्वीचा पाऊस सुरू होईल, त्या वेळी एखाद्या पावसाच्या थेंबाच्या आणि तुझ्या गालावरच्या शीतलतेच्या रूपात मी परत येईन...

आणि नंतर आपण कदाचित परत गप्पा मारू शकू. अर्थात, जर तू हे सारं सहजतेने घेतलंस तर.

आल्दो म्हणत असे त्याप्रमाणे, 'निरोगी राहा'

रोझेला.

**